Namna ya Kuendesha Biashara Unayoifahamu

ATHARI HALISI
Safari ya Ubuntu Polda

Bruno Olierhoek

Athari za Jumla

Hakimiliki © 2024 na Bruno Olierhoek

Haki zote zimehifadhiwa

Kimechapishwa na Red Penguin Books

Bellerose Village, New York

Nambari ya Udhibiti ya Maktaba ya Congress: 2024912839

ISBN

Kitabu cha Kilichochapishwa 978-1-63777-714-5

Kitabu cha Dijitali 978-1-63777-713-8

PONGEZI KWA BRUNO OLIERHOEK

"Kufungua Uongozi Makini Unaojitambua" (Unleashing Conscious Leadership) *ni safari ya kuchunguza uongozi ambao una maadili bora kupitia macho ya Bruno Olierhoek. Hadithi hii yenye hamasa inaonyesha nguvu ya mabadiliko inayopatikana baada ya kuunganisha kusudi na uwajibikaji katika biashara. Ni kitabu ambacho kila kiongozi wa baadaye mwenye dhamira ya kuleta mabadiliko chanya duniani anapaswa kukisoma."*

Martin Lindstrom, mwandishi kutoka *New York Times* aliyeshinda tuzo ya mwandishi bora wa *Buyology* and *Ministry of Common Sense*

"Dhamira thabiti aliyonayo Bruno katika kuleta athari chanya kwa jumla inaendana sana na ahadi yangu niliyoweka ya kuwa na matumizi ya mzunguko ya rasilimali. Baaada ya kushirikiana katika miradi iliyofanya Mfumo wa Ubuntu na Polda kuwa halisi, naweza kushuhudia nguvu ya mabadiliko ya mtazamo huu. Kitabu cha lazima kwa wale wote wanaotaka kuleta tofauti ya maana duniani."

Profesa Gunter Pauli, mjasiriamali, mchumi, na mwandishi wa vitabu vingi, ikiwemo kazi mashuhuri ya *The Blue Economy; 10*

"Bruno anatuhamasisha kuongoza kwa kusudi, kuvuka mipaka ya kawaida inayotufunga, na kuonyesha ujasiri katika dunia yetu iliyojaa changamoto nyingi na yenye kubadilika kwa kasi."

Paul Polman, kiongozi wa biashara, mwendesha kampeni, na mwandishi mwenza wa *Net Positive: How Courageous Companies Thrive by Giving More Than They Take*

"Baada ya kumshuhudia Bruno akifanya kazi, ninaweza kushuhudia athari za mabadiliko za mbinu yake kama ilivyoelezwa katika kitabu chake, Athari za Jumla: Safari ya Ubuntu na Polda. Kitabu hiki kinatoa maarifa ya thamani yanayotokana na uzoefu wa kukutana na matukio halisi ya ulimwenguni, kikiwaongoza viongozi namna ya kukabiliana na changamoto ngumu za biashara kwa kusudi na bidii."

Nandu Nandkishore, aliyekuwa Mkurugenzi Mtendaji wa Global Nestlé Nutrition, Mshauri wa Uwekezaji, Profesa Msaidizi wa Shule ya Biashara India, mwandishi mwenza wa *The Dance of Disruption and Creation: Epochal Change* na the *Opportunity for Enterprise*

DIBAJI

Kuandika utangulizi wa kitabu siku zote ni jambo linalohitaji umahiri mkubwa wa kumvutia msomaji bila kufichua hadithi nzima ya kitabu kwa undani sana. Nilipata fursa ya kuwa mmoja wa wasomaji wa kwanza, na ningependa kukushirikisha mawazo yangu ya awali. Athari za Jumla (Holistic Impact), ni safari yangu binafsi na ya kipekee ya kujitambua, ambapo Bruno anatafakari kuhusu kazi yake kama mtendaji mkuu wa biashara. Hisia zangu za mwanzo, baada ya kusoma sura chache za kitabu hiki zilikuwa ni kwamba, kitabu hiki ni toleo la ESG la kitabu cha 'Zen and the art of motorcycle maintenance'. Japokuwa maudhui ni tofauti, lakini safari zake zinafanana.

Katika kitabu hiki, *Athari za Jumla (Holistic Impact)*, Bruno anazungumza kuhusu safari yake binafsi, mambo aliyopitia katika maisha yake na falsafa aliyoitengeneza. Kuna nguzo mbili kuu: Ubuntu – kunufaisha jamii na mfumo mzima wa mazingira badala ya kujinufaisha mwenyewe; na Polda – kutafuta suluhu za vitendo badala ya kufikiria mambo kupita kiasi. Lakini hayo yote ninawaachia wasomaji waweze kugundua zaidi.

Nitoe muktadha kidogo. Nilikutana na Bruno kwa mara ya kwanza mwaka 2008 alipojiunga katika Programu ya

Kujiendeleza ya Watendaji Wakuu katika Shule ya Biashara ya IMD. Kitendo cha kufadhiliwa na Nestlé kwa ajili ya kuhudhuria programu hii ya wiki kumi ilikuwa ni ishara dhahiri ya uwezo wake mkubwa ndani ya kampuni. Katika programu hiyo, Bruno alionekana kuwa wa tofauti kwa namna nyingi, lakini mafanikio yake makubwa zaidi yalikuwa ni pale alipochaguliwa na wanafunzi wenzake kuwa mshiriki wa kipekee zaidi katika moduli zote mbili.

Baada ya programu hii, Bruno alianza kazi yake kwenye taaluma iliyojikita katika masoko magumu zaidi barani Afrika na Asia. Kwa upande wangu, nilivutiwa sana na kuanzisha biashara barani Afrika, hasa katika biashara ambayo imejikita katika kuhudumia watu waliopo chini katika piramidi (walaji wa kipato cha chini sana). Tulikutana tena na Bruno alipoteuliwa kuwa Mkurugenzi Mtendaji na Mwenyekiti wa Nestlé kanda ya Kusini na Mashariki mwa Afrika, mara ya kwanza tulikutana nchini Zimbabwe na baadaye Kenya, na tuliishia kushirikiana na kuwa na mazungumzo mengi ya kuelimisha.

Kufanya biashara kwa ajili ya kunufaisha zaidi nchi zinazochipukia kunahitaji ubunifu, ufahamu wa mazingira yanayohusika, na uwezo wa kupata suluhisho za kipekee lakini zinazoweza kutekelezwa kwa vitendo kwa ajili ya kutatua changamoto ngumu. Zaidi ya hayo, inahitaji uongozi wa kweli na wa kiwango kikubwa ili kuweza kutekeleza suluhisho hizo. Bruno anakidhi vigezo vyote hivyo, kuanzia kuwa na shauku kubwa ya kutembelea na kuungana na watu wa kila moja ya nchi hizo. Mfano mmoja wa hili ni mapenzi aliyonayo katika upigaji wa picha, jambo ambalo limeimarisha uwezo wake wa kuongoza kwa mtindo wa kipekee na ambao ni shirikishi. Mtindo huu ulitambuliwa na kuwezesha kushinda tuzo za Kampuni Makini zenye Kujitambua (Conscious Companies Award).

Kitabu hiki cha Athari za Jumla (Holistic Impact) kitakupa mtazamo muhimu na wa ubunifu katika kufanya biashara kwa ajili ya kufikia lengo kubwa zaidi na ni kitabu kinachosisimua kusoma.

Leif Sjöblom

Profesa wa Usimamizi wa Fedha

Shule ya Biashara ya IMD, Switzerland

YALIYOMO

SURA YA 1: UTANGULIZI: KUFUNGULIA UONGOZI MAKINI WENYE KUJITAMBUA.

KUANDAA KWA AJILI YA MABADILIKO

Katika tasniaJukwaa pana ya biashara na uongozi, kuna mkakati wa ubunifu ulioanzishwa ili kufanikisha kuwatambua viongozi wa kupigiwa mfano, wenye maadili bora ya uongozi na taasisi zao. Mkakati huo ni Tuzo za mwaka za Conscious Companies zitakazotolewa nchini Afrika Kusini – tuzo ya thamani ambayo wanatunukiwa viongozi wenye maono thabiti. Viongozi hawa wanatambuliwa kwa uongozi wao uliotukuka katika kuonesha mfano bora katika maisha yao, mfano bora katika biashara na masuala mengine ya kiulimwengu kwa jumla. Ni watu ambao wamekuwa wakijipambanua kwa uhodari wao, utu na uwajibikaji kupitia taasisi zao, kuleta mabadiliko yenye tija.

Ninakumbuka vizuri ule wakati ambapo Saint Francis, Mkuu wetu wa Masuala ya Uhusiano, alipokuja ofisini kwangu akiwa na tangazo la kushtusha: Nilikuwa nimechaguliwa kuwania Tuzo ya Conscious Companies. Halikuwa jambo lililotarajiwa, lilinipa kuhamaki sana ndani yangu. Suala la uongozi wenye tija lilikuwa moyoni mwangu, na kuwapo kwa Jaji Profesa Mervyn E. King akiongoza jopo lililotukuka, ilinionngezea motisha.

1

Nilipotoa idhini ya kuendelea na mchakato huo, safari hiyo ilianza kwa kujaza kitita cha nyaraka kuhusu kampuni yetu na namna ilivyobadilika kwa miaka mingi. Kisha ikafuatiwa na mahojiano ya moja kwa moja ya simu pamoja na mazungumzo kadhaa mbele ya kamera. Hakukuwa na majibu yaliyopangwa, bali nilitoa maoni yangu halisi kuhusu uongozi na usimamizi wa kampuni.

Baada ya miezi kadhaa katika safari hii maridhawa ya mabadi-liko, nilipokea mwaliko wa kuhudhuria usiku wa Tuzo za Conscious Companies mwaka 2021. Niliketi kwenye meza namba moja, katika hoteli ya Melrose Arch, Rosebank, nchini Afrika Kusini, nilizungukwa na watu mashuhuri sana. Jioni ilifika, na kulikuwa na simulizi zenye kutia moyo, wakatajwa viongozi walioweka alama siyo katika taasisi zao tu bali pia katika maeneo na jamii walizozigusa – viongozi waliokuwa na biashara zenye kujali na zenye utu.

Kisha wakati wa kuufahamu ukweli ukawadia: "Na mshindi wetu ni..Bruno Olierhoek, tafadhali karibu jukwaani."

Ulikuwa wakati wenye fahari kubwa, siyo kwangu peke yangu tu bali hata kwa timu yangu nzima, ambayo wengi wao walikuwa wakitazama tukio hilo kupitia mtandao. Nuru nzuri ikatuangazia, lakini kilichosisimua zaidi ni kuwaona viongozi wenzangu wa Afrika Kusini wakiinuka kwa miguu yao, wakipiga makofi kama ujumbe kwa uongozi uliotukuka. Ulikuwa wakati uliohitaji muda kuuzoea.

Siku kadhaa baadaye, wakati nayatazama mafanikio haya, nili-gundua kwamba ingawa kujitambua na uongozi unaojitambua ni maneno yanayotumika mara kwa mara, lakini ni wachache tu miongoni mwetu waliowahi kuchunguza maana yake kwa undani. Kwa hiyo, nimeshinda na miongoni mwa hayo ni kupata nafasi katika Baraza la Conscious Companies. Ilikuwa ni heshima kubwa sana. Sasa nilitakiwa kutoa mchango wangu katika kueneza utambuzi duniani. Ili kufanya hivyo, nilihitaji majibu ya maswali kama vile: Kujitambua ni nini? Nafasi yangu ni ipi katika jambo hilo? Je, nimekuwa kiongozi ninayejitambua kwa namna gani na jinsi gani naweza kujiendeleza katika safari yangu ya kuwa kiongozi ninayejitambua? Maswali haya yalizunguka sana ndani yangu na kuzidi kuibua maswali mengine: Kwa nini kujitambua hakueleweki vyema? Kwa nini si jambo linalotiliwa maanani katika ulimwengu wa biashara? Kwa nini wakati mwingine jambo hili linaonekana kama jambo la kipuuzi wakati kiuhalisia, sivyo?

Kama mjumbe mpya kabisa katika Baraza la Conscious Companies, nilialikwa kwenda kuhutubia Mkutano wa Mwaka wa Viongozi Wanaotambulika mwaka 2022. Fursa hii ilikuwa chachu ya mimi kuutazama upya mtazamo wa uongozi wenye tija katika namna pana zaidi. Baada ya dakika kumi za mimi kuzungumza kuliibuka mijadala mikubwa sana ambayo ilikuja kuwa chanzo cha kuandika kitabu hiki.

Nilipokuwa katika mchakato wa uandishi wa kitabu hiki, niligundua kwamba msukumo na ari yangu vimejikita zaidi katika mawanda mapana ya malengo ya taasisi. Nimekuwa nikiunganisha rasilimali za kampuni ili lengo langu binafsi liendane na lengo kuu la taasisi. Ninapata motisha kubwa ya kuleta athari chanya si katika kampuni tu bali hata katika ulimwengu kwa jumla. Motisha hii imekuwa kama kioo cha kutazama ari ya vijana wa leo na viongozi wa kizazi kijacho. Walio na njaa ya maarifa, na wenye dhamira ya dhati ya kuchukua hatua ya kuujenga ulimwengu. Kimsingi, kitabu hiki ni maalumu kwa viongozi hawa wenye mawazo mapana ya kuwaza mbele.

Kwangu mimi, kufanya biashara na kazi yangu kama mtaalamu wa kimataifa daima imekuwa ni kama nyenzo ya kufikia lengo kubwa, ni safari ya kuutambua zaidi ulimwengu. Kila nchi, ikiwa na upekee wake, ardhi, maliasili, chakula, utamaduni na mila, kumenipa nafasi ya kuendelea kujiuliza kuhusu utambulisho wangu na wa ulimwengu huu. Kumenipa nguvu ya "Kuupima ulimwengu," kuzama kwa kina, kupata uzoefu na kuyaishi maisha kwa kujitambua, kuishi katika kila wakati unapotokea, kuwa mwema na kutenda yaliyo mema. Kufanya kazi kama mtaalamu katika shirika la kimataifa lenye malengo maridhawa kuliendana kwa ukamilifu na yale niliyoyatamani. Kwa miaka mingi, nimekuwa nikipambana kutafuta fursa mbalimbali na kutumia vyema yale ninayoyaona na kuyapitia.

Daima nimekuwa mjasiriamali makini, katika kazi yangu na maisha binafsi. Chachu kubwa imekuwa ni kutembelea maeneo mbalimbali duniani, kufanikisha mambo na kutoa mchango mkubwa katika utatuzi wa changamoto kwenye jamii. Hii imesababisha nikutane na miradi kadha wa kadha yenye tija na yenye manufaa kwa dunia nzima. Nikiwa kama mtendaji mkuu katika shirika la kimataifa, imekuwa fahari kubwa kwangu kufanya kazi katika masoko mbalimbali barani Asia, Ulaya na Afrika. Nimehudumu kama Mwenyekiti na Mkurugenzi wa Nestlé katika ukanda wa Mashariki na Kusini mwa Afrika (ESAR) na Mkurugenzi wa Nestlé nchini Pakistani. Safari yangu ya kazi nchini Pakistani ilihusisha kuwa katika nafasi ya Rais wa Chama cha Wawekezaji wa Nje wa Biashara na Viwanda, nikiwakilisha kampuni za kimataifa kutoka nchi 35. Kupitia kazi yangu, nimejikita katika ngazi mbalimbali za biashara na uongozi, nikifanya juhudi za kuleta mabadiliko ya kudumu.

Katika safari yangu ya kuleta athari za jumla, nimeanzisha biashara na miradi, yenye lengo la kuifaidisha si kampuni tu bali hata jamii na ulimwengu kwa jumla. Miradi kama ule wa RE2AL - Realizing Empowered and Enabled African Livelihoods (Kuvumbua Kaya za Kiafrika Zilizowezeshwa), Ziweb - Zimbabwe Women Empowered in Business (Kuwawezesha Wanawake wa Zimbabwe kibiashara) na kutumia mashudu ya kahawa kuotesha uyoga ni mfano wa namna biashara inavyoweza kuleta tija. Miradi hii ambayo ilisifiwa na kuvutia vyombo vingi vya habari, ilikuwa ni matokeo ya safari ndefu ya mabadiliko – safari ambayo ninasukumwa kuwashirikisha. Imenichochea mimi kufanya biashara zinazonipa matokeo yanayonufaisha pande zote; biashara inanufaika, jamii inanufaika, na dunia yetu pia inanufaika.

4

Wasiwasi na kutokuwa na uhakika ni kawaida katika maisha na ni mambo ambayo nimeyapitia pia. Nyakati hizi za kusitasita zinaweza kuwapo hasa katika kipindi cha ujana. Kwa sasa, mimi mwenyewe nina vijana watatu na nimekuwa nikiwatia moyo kuzitumia vyema nyakati hizo. Kipindi cha nyuma cha maisha yangu, nilijenga tabia ya kuhama mwenyewe na familia yangu kila baada ya miaka mitatu hadi mitano, tukavuka mabara kutoka Ulaya hadi Kusini-Mashariki mwa Asia na kurudi Ulaya, kuja Afrika ya Kati hadi Kusini mwa Asia, Kusini na Mashariki mwa Afrika na hatimaye katika makao yetu ya sasa, Falme za Kiarabu, Mashariki ya Kati. Uzoefu huu umekuwa baraka, kujenga si uelewa wa familia yangu tu bali hata kuzifahamu zaidi siri za maisha. Imeniwezesha kutengeneza mfumo wa athari za jumla, kutengeneza thamani kwa wadau, kuongeza ajira, kuinua jamii na kuhifadhi maliasili, vyote kwa wakati mmoja.

Kuna wazo ambalo siku zote huibuka: Hivi kuna chochote kipya ndani ya ulimwengu huu? Kwa miaka na miaka, nilikwama katika mawazo pekee na kusita kuandika kitabu. Kisha nikapata wazo lenye nguvu sana kwamba – sanaa yoyote ile ni wizi, kama alivyosema Pablo Picasso. Mtazamo huu ulinifungua na kunipa uhuru wa kushirikisha mawazo yangu kwa uhuru zaidi. Katika kitabu hiki, nina lengo kuiangazia historia yangu, kuchambua niliyojifunza, kuangazia changamoto za ulimwengu na kushiriki katika kuujadili mustakabali katika wakati huu.

Katika mahojiano ya hivi karibuni, niliulizwa "Ni kitu gani kimoja ambacho unatamani mtu angekueleza wakati unaanza?" Jibu langu lilikuwa rahisi: "Unapaswa kujifunza kuuamini Ulimwengu."

Maongezi yangu na Brenda Kali, Mkurugenzi wa Kampuni ya Conscious, yalinipa motisha zaidi ya kuandika kitabu hiki. Ni safari yenye changamoto lakini nimeamua kuuzingatia ushauri wangu mwenyewe na kuuamini ulimwengu. Kama Kierkegaard alivyowahi kusema, "Kuthubutu ni kuuhatarisha mguu mmoja na kutothubutu ni kujiangamiza mwenyewe."

Siku zote nimekuwa na mambo mawili ya kufanya katika "orodha yangu" ambayo nimeendelea kuyaahirisha: Kuandika kitabu na kuunda tovuti kwa ajili ya kuweka picha zangu. Kwa miaka mingi, nimekuwa nikikusanya hazina ya picha za mand-hari mbalimbali ya dunia nzima. Wakati mwingine uandishi unaweza kuonekana kama vile kuzungumza tu maneno mengi bila mpangilio, lakini picha zina nguvu ya kipekee ya kutoa simulizi ambayo inaacha nafasi ya mtu kuitafsiri anavyoelewa. Kwa lugha nyingine, ni mfano wa lugha ya juu inayobeba muktadha zaidi. Vitabu, kwa upande mwingine huwasilisha lengo la mwandishi katika muktadha finyu sana. Daima nimekuwa nikivutiwa sana na uhuru unaotolewa na picha, kutokuwa na mzigo wa ukosoaji ambao wakati mwingine huambatana na matumizi ya maneno.

Shauku yangu isiyokoma, njaa yangu ya kujifunza na tabia yangu ya uchunguzi vimeniongoza kufika mahali nilipo leo. Ulimwengu umeichochea mwendo safari yangu na kunifikisha ninapohitaji kuwapo.

Njia niliyopitia kwenye maisha yangu imekuwa muhimu sana katika kunijenga. Wakati dunia ikikabiliana na changamoto lukuki, nashukuru kwa fursa ya kuweza kutembea sehemu mbalimbali, kupata uzoefu na kuwa sehemu ya maeneo mengi duniani. Uzoefu huo umekuwa kama dira ndani yangu ya kuch-agua, haijalishi maisha yanaweza kuwa magumu kiasi gani. Si kauli moja inayoniongoza tu bali ni hisia ndizoambazo zimekuwa kama nyota inayoniongoza. Zaidi hasa, nimeanza kuusikiliza mwili wangu, kuamini hisia na ujasiri wangu kama ninavyoamini elimu na maarifa yangu.

Kabla hatujaenda ndani zaidi, nataka kuweka bayana kuwa nimeandika kitabu hiki huku nikitazama maisha yangu ya nyuma, inaweza kuonekana kama siku zote nimekuwa muwazi kuhusu safari yangu. Hata hivyo, kuna mtazamo unaoitwa nadharia ya mwendelezo, ambayo inasisitiza kwamba hakika hatujui mustakabali wetu unahitaji nini. Kwa kuuzingatia mtanziko huu, nitoe ushauri ufuatao: Kwanza, uwe na shauku, Kuwa mnyenyekevu katika mawasiliano yako na Uwe mwenye Ujasiri katika yale unayoyataka. Ushauri huo una nguvu ya kuuandaa mustakabali wako na kukusaidia kuendana nao wakati ukikua na kuzidi kuwa na uzoefu mkubwa zaidi wa maisha.

Baada ya takribani miongo mitatu katika ulimwengu wa biashara, ninaendelea kuamini katika nguvu ya biashara kama msingi wa kuleta mambo mazuri. Hata hivyo, si timu zote za uongozi na wakurugenzi wanajua wapi na namna ya kufanya kampuni kujitambua na kuwa yenye tija. Kwa hiyo nikaamua, baada ya uzoefu wangu nikiwa mtaalamu katika kampuni ya kimataifa katika mabara tofauti tofauti, ulikuwa wasaa wa kuelekeza shauku na nguvu zangu kufungua kampuni yangu ya ushauri mjini Dubai, iliyoitwa Ubuntu. Lengo langu lilikuwa wazi: kuzisaidia timu za viongozi na wakurugenzi kuingia katika safari ya mabadiliko ya kibiashara, kwa kutumia kanuni za dijitali, kanuni endelevu, za kutumia tena bidhaa katika mzunguko na kanuni za ESG kwenye muundo wa biashara zao. Ninaamini kwamba uzoefu wangu katika maisha kama ilivy-oelezwa katika kitabu hiki umekuwa chachu ya mabadiliko katika kuunda hali ya MAFANIKIO-MAFANIKIO-MAFANIKIO kwa kampuni, jamii na kwa dunia yetu.

SURA YA 2: UHARAKA WA MABADILIKO: KUONGOZA MABADILIKO ENDELEVU

MAONO MUHIMU NA WITO WA KUAMKA

Katika ulimwengu unaoyumba huku ukielekea katika ukingo wa kupata mabadiliko, ulimwengu ambao pepo za maendeleo na mawimbi ya misukosuko vinakutana, mabadiliko yanabaki kuwa kilio kikuu cha zama zetu. Mitazamo ya kale inafifia, sababu misingi yake inamomonyoka kadri muda unavyopita huku dunia yetu ikihitaji mabadiliko. Tunajikuta katika njia panda ya historia, sehemu ambayo uamuzi tutakaofanya utaathiri vizazi vijavyo, na kubadilisha si biashara zetu tu bali hata ulimwengu wetu mzima.

Katika ulimwengu huu ambapo watu wamejifungia katika dhana za kuridhika, imani zilizopitwa na wakati na mazoea ambayo si endelevu bado mambo haya yanaendelea kuonekana hata leo, ndipo tunakabiliana na ukweli mchungu, kwamba: mtindo wa kufanya "biashara kama kawaida," unaotegemea matumizi ya rasilimali finyu kwa ukuaji maradufu usiokuwa na ukomo (na matarajio ya kuwa na faida inayoongezeka wakati wote), ni itikadi za zamani. Ni mtazamo ambao, unaweka faida juu ya mambo yote, na kusababisha kupanda mbegu za uharibifu wa mazingira, kuwa na matabaka ya kijamii, na kumomonyoka kwa maadili. Muda sasa umewadia wa kutokomeza mtazamo huu uliopitwa na wakati na kuchukua mtazamo mpya—mtazamo ambao unajengwa na suhusiano baina yetu, mtazamo ambao unatambua uhusiano wa kutegemeana uliopo kati ya biashara na jamii, na mtazamo ambao unathamini viumbe na mazingira kwani maisha yetu yanavitegemea.

Huu ni wito kwetu kujihami, ni wito kwetu kubadilika—wito wa Ubuntu, ni mtazamo mpya ambao ninauita "Mfumo wa Ubuntu na Polda." Ubuntu ni falsafa ya Afrika Kusini ambayo imevuka mipaka ya dini na rangi, falsafa hii inatufundisha ya kwamba "Mimi nipo, kwa sababu sisi tupo." Inasisitiza ukweli usiokwepeka kwamba hatima zimefungamana, mustakabali wa maisha yetu umefungamana kadri tunavyoendelea kuishi. Mfumo wa Ubuntu na Polda ni mwongozo, na ramani ya kutuongoza katika siku zijazo—ni mtazamo unaohimiza ushirikiano, ili kukuza uelewa wetu pamoja kuhusu ulimwengu wetu, na kutongeza thamani kwa ajili ya wadau wote, wakati huo huo tukichochea ajira na urejeshaji wa mazingira.

Kiini cha mtazamo huu ni imani ya kwamba biashara mbalimbali ni lazima ziwe suluhisho la kutatua mahitaji ya jamii, faida katika biashara itegemeane na mchango wake. Ni tofauti na mtazamo wa zamani kwamba faida inakuwa juu ya kila kitu, ambapo mara nyingi mafanikio yanapatikana kwa gharama ya ustawi wa dunia. Mfumo wa Ubuntu na Polda unaleta zama mpya za biashara—zama zitakazokumbukwa za uongozi makini na wenye dhamira ya kuhakikisha hakuna hata mmoja anayebaki nyuma.

Lakini fahamu kuwa hili si wazo la juu juu tu; ni mtazamo ambao nimeuishi na kuufuata. Kwa miaka 27, nimekuwa nikipanda ngazi za ulimwengu wa maisha kufanya kazi katika mashirika, huku nikisafiri kwenda katika mabara na tamaduni kadha wa kadha, nikijaribu kuutekeleza mtazamo huu kwa vitendo. Mabadiliko ya biashara kwa jumla si nadharia tu—ni suala halisia ambalo binafsi nimelishuhudia, safari ambayo nimeipita, na falsafa ambayo nimeiona ikitoa matokeo makubwa ya kushangaza. Kuanzia miradi mikubwa ya juu mpaka ile ya kati na ya chini, Mfumo wa Ubuntu na Polda umeonyesha uwezo mkubwa wa kutumika popote na kuwa thabiti, kitu kili-chowezesha mfumo huu kuvuka na kuingia katika biashara, sekta na mipaka ya nje.

Kitabu hiki si hadithi tu—bali ni ilani ya mabadiliko, kitabu hiki kinashuhudia imani ya kwamba biashara ni nguvu inayoweza kuleta mambo mema. Kwa pamoja, tutaangalia mambo ya msingi ya Mfumo wa Ubuntu na Polda na matumizi yake katika muktadha mbalimbali. Tutachambua mifano halisia na kuchun-guza kwa kina, huku tukiangazia njia ambazo biashara zinaweza kutumia na kuwa chachu ya kuchochea mabadiliko.

Safari ambayo iko mbele yetu ni thabiti, yenye maono makubwa, na zaidi ya yote, isiyoepukika. Muda wa mabadiliko ni sasa, na huu ni wito wetu wa kuchukua hatua. Tunapoanza safari hii ya ugunduzi, hebu tukumbuke maneno ya Margaret Mead: "Kamwe usifikirie kwamba kidogo cha raia ambao wana fikra kubwa, na wamejizatiti hawawezi kubadilisha ulimwengu; kwa hakika, ni wao ndio wanaoweza kufanya hivyo." Sisi ndio hao raia, na wito wetu mkuu ni kufanya mabadiliko. Basi tupige hatua za awali kuelekea kwenye kesho ambayo sote tunaifikiria, kesho ambayo biashara zinakuwa katikati ya jamii kwa uzuri, kesho ambayo Ubuntu inatawala juu ya vyote.

Kushuhudia Changamoto Moja kwa Moja

Katika miaka yangu ya uzoefu lukuki wa kufanya kazi katika mashirika ya kimataifa, nimeona changamoto moja ambayo imekuwa ikivuka mipaka. Kipengele hiki kitaelezea namna nilivyokutana ana kwa ana changamoto hizo ambazo zinahitaji umakini wetu sote—kukosekana usawa katika jamii, uharibifu wa mazingira, na jitihada za kujaribu kukua kwa namna ambayo si endelevu. Tunapotazama mambo yanayotuzunguka kwa karibu ndipo tunapopata chachu ya kuchukua hatua za mabadiliko kwa haraka.

Kile kilicho cha kawaida kwa baadhi ya watu ni cha kipekee kwa wengine; huku kwa watu wengine, kikiwa ni cha ajabu kabisa. Safari yangu, ambayo mara nyingi imerekodiwa katika kioo cha kamera ya simu yangu, ni safari iliyovuka mipaka na matarajio. Ni safari ambayo msingi wake mkuu ni imani ya kwamba mabadiliko yanaanza kwa kuwa na mtazamo, kwamba dunia hii siyo ndogo kama unavyofikiria.

Nilipoanza maisha yangu nikiwa kama mtaalamu katika kampuni ya kimataifa, nilikutana na tahadhari kede kede kila nilipofika katika nchi mpya. "Usiende Indonesia, kuna msongamano mkubwa wa watu na kuna vurugu," watu walisema. "Usikanyage kabisa Vietnam; bado kuna madhara ya kemikali za Agent Orange na ardhi yao bado haijaondolewa mabomu yote kutoka zama za vita." "Nchini Filipino imetawaliwa na utekaji nyara." "Cameroon, katikati kabisa ya Afrika, kumejaa magonjwa na hali ngumu." "Pakistanii kumejaa magaidi," nilionywa yote haya. "Afrika Kusini ndio kitovu cha uhalifu."

Tahadhari hizi zote zilidhihirisha mitazamo finyu ya ulimwengu, ambayo imeundwa na vyombo vya habari na kuchochewa na ukweli kwamba, wengi hawana uzoefu na maeneo hayo. Ubongo wa binadamu, siku zote unataka usitumie nguvu nyingi kufanya kazi, jambo hili husababisha kuwa na fikra za juu juu na rahisi kuhusu masuala mbalimbali. Hii ni hali ambayo ilijidhihirisha kwangu kipindi nilipokuwa chuo kikuu, wakati ambapo nilishiriki katika sherehe za kuadhimisha miaka 50 ya UN.s

Nilikuwa nikiwakilisha chuo changu, mjini Geneva na niliungana na wanafunzi wengine kutoka Ulaya kwa wiki moja tukitembelea Umoja wa Mataifa na kujadiliana kuhusu mustakabali wa ulimwengu. Wiki hiyo ilipofika tamati, tulikusanyika pamoja katika ukumbi wa kukutanikia na kisha tukaulizwa swali, "Ahadi yako ya kufanya ulimwengu kuwa mahali bora zaidi ni ipi?" Wengi walitoa ahadi kubwa sana za kumaliza baa la njaa au kuutokomeza utumwa, hakika yalikuwa ni malengo mazuri. Lakini sikuweza kupata picha ya hatua za kivitendo ambazo zingeweza kuchukuliwa ili kufanikisha malengo haya makubwa. Ilipofika zamu yangu, niliweka ahadi ya kufanya kazi katika nchi zinazoendelea, na kufanya juhudi katika kuleta athari zinazoonekana kwa kufanya matendo mema kwa familia yangu, jamii inayonizunguka na watu ambao watanizunguka katika kazi yangu nitakayokuwa nikifanya. Ahadi hiyo imekuwa ndani yangu kipindi chote hicho, na imekuwa nuru inayoongoza safari yangu.

Katika biashara, ahadi yangu kamwe haijawahi kuwa kupata faida pekee; ilikuwa ni kufanya mambo mema, kuacha alama ya kudumu, na kuishi muda mrefu iwezekanavyo katika sayari hii. Kazi yangu niliyofanya Nestlé, ambayo ilianza nilipokuwa kijana mdogo kabisa mwenye umri wa miaka 18, iliniwezesha kusafiri katika kona mbalimbali za dunia, huku majukumu niliyoyabeba mabegani kwangu yakizidi kuongezeka siku hadi siku. Katika kipindi hicho nilishikilia nafasi kadha wa kadha, na kuishia kuwa katika nafasi ya kusimamia Faida na Hasara za shirika kuanzia mwaka 2005. Kisha nilipewa nafasi ya Mkurugenzi Mtendaji katika masoko makubwa tofauti tofauti, na katika miaka yangu minne na nusu ya mwisho, nilisimamia ukanda ambao chini yake kulikuwa na nchi 23 na viwanda 8.

Hivi sasa mtazamo wangu mkubwa umejikita katika kuleta athari ya jumla—ambapo matokeo ya faida kwenye biashara yanashabihiana na maendeleo ya watu, kufaidisha jamii zinazoizunguka na sayari yetu kwa jumla. Katika kitabu hiki chote, nitafafanua chanzo cha kuwa na mtazamo huu, namna nilivyoutumia katika maisha na kazi yangu, na kwa nini ninaamini kwamba ni muhimu sana tuchukue hatua badala ya kukaa kando, tukisubiri muujiza utokee ili kutatua changamoto. Ni lazima kila mmoja wetu achukue hatua kusonga katika mwelekeo sahihi.

Katika miaka yangu ya kuishi katika mabara mbalimbali, nimeshuhudia moja kwa moja masuala makubwa ya kimataifa ambayo yalizungumziwa juu juu katika vyombo vya habari. Hakika ni wazi kwangu kwamba ulimwengu mzima unahitaji kuamka kutoka katika usingizi wake mzito—tunahitaji wito wa kutuamsha ili kutuepusha dhidi ya bomu tulilolitengeneza sisi wenyewe litakalotulipukia ambalo muda wake unaelekea kwisha. Hata hivyo, pamoja na matatizo haya yote magumu, nimekuwa nikifahamu kwamba kuna suluhisho. Katika eneo langu la ushawishi, nimeweza kuanzisha miradi kadhaa ambayo ilitoa matokeo ya kushangaza—matokeo ambayo yamefaidisha jamii zetu, mazingira yetu, na kiini cha biashara yetu.

Hivi sasa mtazamo unaotawala uongozi wa biashara nyingi za leo, kupata faida ni muhimu kuliko ustawi wa mazingira ya jamii zinazowazunguka. Lakini katika safari yangu binafsi, nimekuja kugundua kwamba kama ukiwa na mtazamo sahihi, inawezekana kupata faida pamoja na kuwa na athari chanya katika mazingira kwa pamoja. Katika kurasa zinazofuata, tutatazama namna mabadiliko haya muhimu si kwamba yanaweza kufanyika tu bali tutatazama ni kwa nini ni muhimu kuyatekeleza, na namna tunavyoweza kupokea na kukumbatia mtazamo huu mpya wa kufanya biashara ambao unaleta pamoja upataji wa faida na ustawi wa jamii kwa kushabihiana pamoja.

Shauku ya Pamoja ya Mabadiliko

Miongoni mwa watu tofauti tofauti na tamaduni mbalimbali, maeneo mengi watu wana hamu ya mabadiliko. Kipengele hiki kinaangazia sauti za watu na jamii mbalimbali duniani kote ambao wana hamu ya jambo moja ambalo ni kuwa na kesho yenye haki na uendelevu. Huu ni ushuhuda ya kwamba tunaweza kushirikiana pamoja katika kuleta mabadiliko ya kweli.

Mazungumzo mengi na viongozi vijana, wanaotoka katika kizazi kilichojaa shauku na hamu, yamenipa mtazamo wa kipekee katika matamanio makubwa waliyonayo ya kupata mabadiliko. Nimepata fursa ya kuwashauri wengi wa viongozi hawa vijana, ndani ya mashirika ambayo nimefanya nayo kazi au kupitia wajasiriamali kadha wa kadha wenye maono ambao nimewahi kushirikiana nao. Aidha, jukumu langu kama profesa mwalikwa katika Shule ya Biashara ya IMD imeniwezesha kukutana na watu mashuhuri wenye ufahamu mkubwa ambao wana hamu kubwa ya kubadilisha dunia. Katika safari yangu ya miaka 28 ndani ya mashirika ya kibiashara na kushirikiana na shirika la Young Presidents Organization (YPO), ambapo nimefanikiwa kuonana na Wakurugenzi Wakuu, mabalozi, mawaziri, na hata wakuu wa nchi, kuna jambo moja ambalo huwa linajirudia katika mikutano hii yote: ufahamu wa kwamba dunia imefika katika njia panda, na kwamba moto wa mabadiliko unawaka ndani ya mioyo yetu na akili zetu.

Ninapokutana na watu wa aina mbalimbali katika mikutano hii, kunakuwa na hisia inayofanana—tunatambua changamoto kubwa inayoikabili sayari yetu na shauku kubwa ya kutaka kuwa sehemu ya suluhisho kwa changamoto hiyo. Sote tumesimama ukingoni mwa barabara hii ya mabadiliko, huku sote tukiunganishwa na shauku yetu ya kutaka kufanya ulimwengu kuwa mahali bora zaidi. Hata hivyo, njia ya kusonga mbele ina mabonde, na mara nyingi shauku zetu huwa zinasongwa na hali ya kukata tamaa.

Utafiti umeonyesha utofauti mkubwa uliopo baina ya vizazi—tofauti kubwa iliyopo ni katika imani ya kwamba mabadiliko yanahitajika na yanahitajika kwa haraka. Watu wa kizazi cha Gen Y na Z wanaonekana kukubali kuwa kuna haja ya mabadiliko, huku asilimia 79 kati yao hufanya uamuzi wa kazi ambazo wangependelea kufanya kulingana na imani zao kuhusu masuala ya mazingira na maadili wanayoyaamini. Si inachangia uamuzi wa mahali wanapochagua kufanyia kazi tu bali inachangia katika uamuzi wa vitu wanavyonunua na wanavyokula. Kizazi kipya cha vijana, kwa lugha nyingine, kinapaza sauti zao kupitia matendo yao, na wanataka dunia pia ifuate wanachokiamini.

Dunia tunayoishi hivi sasa inaelekea kwenda mrama na kupoteza mwelekeo, imekosa dira na kiongozi ambaye anaunganisha watu wake. Huu ni muda ambao sote tunahitaji kuungana pamoja, na kufikiria jinsi tunavyoweza kusonga mbele na kufufua dhamira yetu pamoja.

Kila tunapogeuza ukurasa wa gazeti au kupekua taarifa ya habari katika televisheni zetu, tunakabiliwa na ukweli mchungu kuhusu hali ya sayari yetu. Je, umewahi kujikuta unawaza mwenyewe ukubwa wa baadhi ya changamoto ambazo zinaikabili dunia na kufikiria jinsi wewe au kampuni yako inavyoweza kuchangia katika usuluhisho wa changamoto hizi kuu zinazoikabili dunia?

Sote tunafahamu fika kwamba nyakati hizi zina hali ya sintofahamu, nyakati hizi zinawakilishwa na neno VUCA ambacho ni kifupi cha maneno ya Kiingereza—Volatility (Mabadiliko ya ghafla), Uncertainty (Kutokuwa na uhakika wa mambo), Complexity (Ugumu) na Ambiguity (Utata). Neno hili lilibuniwa mwaka 1987, na linawakilisha bayana kabisa mazingira tunayoishi hivi sasa. Hata hivyo, kwa kila tatizo kuna suluhisho, na hivi sasa ulimwengu unahitaji majibu kwa kauli za VUCA: Majibu hayo ni Vision (maono), Understanding (Uelewa), Clarity (Uwazi), na Agility (Wepesi wa kubadilika).

Hakika pasi na shaka, ni muhimu kuwa na mabadiliko, lakini hatupaswi kusahau kuwa, katika kila changamoto kuna jambo zuri lililojificha . Katika kitabu cha *Factfulness*, Hans Rosling anafunua uhalisia wa mambo ya ulimwenguni, huku akitoa sababu kumi za kwa nini mitazamo yetu mara nyingi hutupotosha, na sababu za kwa nini mara nyingi mambo huwa bora zaidi kuliko vile tunavyofikiria.

Hata hivyo, wakati watu ulimwenguni kote wanafurahia maisha marefu, yenye afya bora zaidi, ni wazi kwamba dunia iko katika kipindi cha mabadiliko. Mhimili wa nguvu duniani umehama kutoka kwenye barahari ya Atlantiki kuelekea katika bahari ya Pasifiki na bahari ya Hindi, na kadri uhitaji unavyozidi kuongezeka, makundi ya watu wadogo wanaobaguliwa ndio yanageuka kuwa makundi ya watu wakubwa wenye nguvu. Mabadiliko haya, kutoka vijijini kwenda mijini, kutoka kaskazini kuelekea kusini mwa dunia, yanatulazimisha kukubaliana na hali halisi ya kwamba kuna hali tofauti. Aidha, tunakabiliana na changamoto kuu ya ukosefu wa ajira na ongezeko kubwa la pengo linalokua kati ya matajiri na masikini. Nchini Marekani, asilimia 0.1 ya matajiri wakubwa wanashikilia utajiri sawa na asilimia 90 ya watu wote walio chini, na katika ulimwengu wa sasa wa dijitali ambao kila kitu kipo kiganjani kwako, ukweli wa tofauti hii hauwezi kufichika tena; unaonekana na kila mtu. Hizi ni mbegu zinazoota na kuwa mti wa ghasia katika jamii yetu, na kutukumbusha kwamba dunia ipo katika njia panda.

Cha kushangaza, COVID haikuwa Suala la Kutuamsha

Wakati ulimwengu ulipokuwa ukikabiliana na janga la COVID-19, ilidhihirika wazi kwamba chachu ya mabadiliko ilikuwa ni kubwa zaidi kuliko janga hilo la kiafya lililokuwa mbele yetu. Cha kushangaza ni kwamba, haikuwa janga hili pekee ambalo lilitutikisa katika misingi yetu; bali, lilifichua na kukuza tu matatizo ya kimfumo ambayo yalikuwapo tangu kitambo. Sehemu hii ya kitabu itachambua masuala ya mkanganyiko kuhusu maisha baada ya COVID, na kuonyesha ni kwa nini haja ya kuwa na mabadiliko ni kubwa na inazidi suala hili lililotokea ili kutuamsha.

Katika hali isiyotarajiwa, janga la ugonjwa wa COVID lilishindwa kuiamsha dunia kwa haraka ilivyohitajika. Uwezo wa binadamu kutafuta usawa katika kila hali ni mkubwa sana, na hakika, uchumi wetu wa sasa umefanikiwa kuvuka vikwazo vikubwa sana, na kuwainua watu wengi kutoka katika umasikini. Hata hivyo, tukichunguza kwa undani, tunagundua mambo kadhaa yanayotuacha na wasiwasi: matumizi makubwa yasiyo na mipaka ya rasilimali ambazo ni finyu—nishati na malighafi—kuchochea njaa yetu isiyo na ukomo ya kuendelea kukua siku zote.

Tabia hii inazidi kukomaa kadri tunavyozidi kupima mafanikio yetu kwa kutumia Pato la Taifa (GDP) na kuangalia namna masoko ya hisa yanavyofanya vizuri. Lakini hebu tutafakari, hii ina maana gani hasa? Je, ongezeko la GDP lina maanisha furaha ya watu duniani itaongezeka pia? Tafiti nyingi sana zime-onyesha kwamba, baada ya kufikia kiwango fulani cha pesa, kusaka utajiri zaidi kunakoma kutuletea furaha zaidi . Wengi wetu tumefikia kiwango hiki muda mrefu uliopita, na bado tunaendelea kufanya maisha yetu wenyewe kuwa magumu kwa kujilimbikizia zaidi mali ambazo hazituletei furaha yoyote ya kweli . Kuna msemo wa kale unaosema, yote yaliyo bora katika maisvinasababisha ha haya, hupatikana bure, lakini tamaa ya kumiliki mali zaidi na kuwa na hadhi kubwa, ikichanganyika na hofu ya kwamba tunaweza tusiwe na vitu vya kutosha kukidhi mahitaji yetu hapo baadaye watu wengi kujilimbikizia zaidi na zaidi, badala ya kutoa, kushirikiana na kusaidia watu wengine. Hili lilionekana wazi kabisa kipindi cha Covid ambapo watu walikuwa wanajilimbikizia bidhaa za ndani kama karatasi za uani na kujilimbikizia chanjo za COVID katika nchi za magharibi.

Ingawa janga la ugonjwa wa COVID halikusababisha dunia kusambaratika na kuanza upya, lakini lilitoa somo muhimu sana. Janga hili lilionyesha udhaifu uliopo katika jamii zetu na kuonyesha jinsi tunavyotegemeana. Binadamu huwa bora zaidi pale wanapokuwa na mifumo thabiti inayowaongoza na kuwaunganisha pamoja katika kutimiza lengo moja. Katika historia yetu ya hivi karibuni, kuna mifumo mbalimbali ambayo imejaribiwa kwenye jamii kadhaa duniani. Japo ufashisti ulikuwa ni mfumo wa uovu na ukomunisti ulionekana kuwa hauwezi kutekelezwa kwa vitendo, ubepari pia kwa sasa umeonyesha upungufu wake.

Shirika la Fedha Duniani (IMF) linasema kuwa lengo kuu la ubepari ni kujipatia faida na kujinufaisha mwenyewe. Ubepari unachochea watu kuchukua hatua za kujifaidisha wao binafsi, huku ukizingatia zaidi mafanikio ya mtu mmoja mmoja na kuwainua watu binafsi kutokana na umuhimu wao. Dhana hii inasisitiza na kusema kwamba mfumo huu wa kibinafsi wa ubepari unachangia maendeleo ya kiuchumi kwa kukuza utawala bora.

Hata hivyo, utekelezaji wa mfumo huu wa ubepari mara nyingi huwa unakengeuka kutoka katika kanuni yake kuu. Kampuni nyingi zinapima mafanikio yao kwa kutazama bei ya hisa zake, na kuishia kuwaza sana kuhusu namna ya kukua. Hata hivyo, ni dhahiri kwamba ni jambo lisilowezekana kutumia rasilimali finyu zilizopo na uweze kuendelea kukua milele.

Nate Hagens anabainisha kwamba uchumi wetu ni sehemu ya mazingira yetu yanayotuzunguka. Harakati hizi za kuwania ongezeko la Pato la Taifa kila siku zinaelemea uwezo wa Dunia kubeba shughuli hizo za binadamu, hali inayosababisha kupungua kwa rasilimali muhimu, kama udongo wenye rutuba na maji, na kuchangia majanga yanayotokana na mabadiliko ya tabia ya nchi tunayoyaona kila siku. Lakini njia ya kupita ili kukabiliana na changamoto hizi za mabadiliko ya tabia ya nchi pamoja na changamoto zingine za kidunia bado haiko wazi.

Kwa pamoja tunapoendelea kuwa na simanzi kuhusu matatizo haya yanayoikabili dunia, baadhi ya watu wanayanyooshea vidole vya lawama mashirika makubwa, hasa mashirika ya kimataifa. Kitabu cha Naomi Klein kinachoitwa *No Logo* kimegeuka na kuwa ilani na mwongozo wao. Swali ni moja, je mashirika yote ni maovu kiasili?

Kwa mujibu wa Profesa Michael Porter, lengo kuu la biashara yoyote ni kuongeza utajiri. Biashara zinafikia lengo hilo kwa kubainisha mahitaji yaliyopo, kisha kuzalisha bidhaa au huduma, na kuziuza kwa faida, faida ambayo inawekezwa tena ndani ya biashara. Hakuna haja ya kuona haya kusema ukweli huu, kwani biashara zinazopata faida pekee ndizo zinazoweza kuchangia kodi na kuongeza ajira kwa watu, kwa njia za moja kwa moja na zisizo za moja kwa moja. Zaidi ya hayo, biashara zenye mfanikio zinahitajika katika jamii yenye mafanikio; ni vitu viwili ambavyo kiasili vinategemeana.

Masuala kama vile mabadiliko ya hali ya hewa, kutokuwa na usawa katika jamii na ukosefu wa usawa wa kijinsia ni masuala ambayo yameshika vichwa vya habari, na ni haki masuala haya kushika vichwa vya habari. Hali hii imsababishaa kuongezeka kwa uelewa wa changamoto za kijamii kwa kiwango kikubwa. Hata hivyo, mara nyingi, biashara nyingi huwa zinachukuliwa kuwa ni sehemu ya chanzo cha matatizo hayo, na si suluhisho. Ni lazima mtazamo huu ubadilike, na kampuni zinahitaji pia kubadilisha na kutunga upya mbinu zao za kibiashara, hasa ukizingatia kwamba vijana wa kizazi kipya wanapendelea kuchagua kampuni zenye malengo mapana zaidi si kampuni zenye malengo ya kuongeza thamani ya hisa za wadau wake tu.

Ukitazama katika historia, hapo awali namna biashara zilivyokabiliana na changamoto za kijamii ni kwa kupitia njia ya kutoa misaada, baadaye hilo lilibadilika na tukaona biashara zikianza kuwajibika katika jamii zaidi, na kisha badiliko hilo likapiga hatua moja tena mbele na mashirika ya biashara yakawa na kitu kinachoitwa Creating Shared Value (Kutengeneza Thamani ya Pamoja) au Net Zero. Wakati huo huo, wawekezaji wakaanza kukubali dhana ya ESG (Mazingira, Jamii na Utawala), na kusababisha kuzaliwa kwa kundi la kampuni zinazoitwa B Corp.

Hata hivyo, dhana hizi zote, kimsingi ni aina tofauti tu ya ubepari. Muda wa kubadilisha mtazamo wetu umewadia, tukubali kwamba changamoto zinazoikabili jamii yetu hazihitaji kutatuliwa na sheria mpya kutoka serikalini. Gharama zinazolipwa na jamii zinapaswa kuendana na gharama za biashara, na kutatua mahitaji ya jamii inapaswa kuwa sehemu ya malengo ya biashara.

Mbali na kutazama kampuni binafsi, ni lazima tuzingatie mfumo mzima wa viumbe na mazingira. Mashirika Yasiyo ya Kiserikali (NGOs) yanafanya kazi kuangazia masuala haya, serikali zinafanya kazi kuweka miundombinu ya kuwezesha biashara kuongeza thamani ya pamoja, na kisha biashara mbalimbali, pamoja na wasambazaji na taasisi, zinabuni suluhisho la kutatua mahitaji haya ambalo litawapa faida.

Ili biashara ziweze kufanikiwa, zinahitaji kuwa na viongozi fanisi, utawala wenye bodi ya wakurugenzi thabiti wanaotekeleza majukumu matatu tofauti: kama wanahisa wanaowekeza ili kupata faida, wakurugenzi wanaosimamia ahadi zilizotolewa na kampuni, na mameneja wanaofanya juhudi kufikia ahadi hizo kupitia kazi za kila siku. Kisheria, kampuni ni chombo halali kisheria, na ili kuwa na utawala bora katika biashara ni lazima kuweka uwiano sahihi kati ya hatari zinazochukuliwa na faida inayopatikana. Japokuwa kampuni inachukuliwa kuwa kama mtu mmoja kisheria, lakini kiasili haina uwezo wa kutambua dhamira njema au mbaya. Dhamira njema au mbaya inatoka kwa uongozi wa kampuni ambao ni viongozi wa juu wa kampuni hiyo.

Matokeo yake ni kwamba, mameneja wa biashara hawapaswi kuzingatia tu kusimamia faida na hasara. Badala yake, wanapaswa kuwa na mtazamo unamuweka mteja kama kitovu cha shughuli zao, kwa kufanya hivyo mafanikio ya kifedha yatafuata kama matokeo. Kwa bahati mbaya, shinikizo kubwa kutoka Masoko ya Hisa, (Wall Street) mara nyingi huwafanya viongozi wa biashara kutanguliza faida za muda mfupi bila ya kuzingatia kutatua matatizo ya jamii.

Kiasili, biashara na mashirika huwa sio waovu. Badala yake ni kwamba, tunakosa kuwa na maoni ya pamoja na ramani ya kutuelekeza, jambo linalozuia ushirikiano ambao unahitajika ili kutatua changamoto zinazoukabili ulimwengu. Ili kukabiliana na changamoto hizi, tunapaswa kutumia akili na hekima. Ubepari bila shaka umekuwa kichocheo cha maendeleo ya mataifa mengi duniani na umewatoa watu wengi kutoka kwenye umasikini. Lakini, sasa unakabiliana na ukomo wa uwezo wake.

Tunachohitaji ni kupata mwanga mpya wa hatua za kuchukua baada ya ukuaji, kuanza upya kama dunia. Kufanikisha jambo hili si jambo rahisi. Ulimwengu wetu wa sasa unafanya kazi kwa kutegemea mifumo inayotegemeana, mifumo ya minyororo ya usambazaji wa bidhaa katika mataifa mbalimbali duniani, ambayo inahakikisha kwamba bidhaa na huduma muhimu pamoja na anasa zingine zote tunazozitaka zinafikishwa ulimwenguni kote.

Ingawa janga la COVID-19 lilileta mshtuko mkubwa ambao uligusa kila kona ya dunia, hivi karibuni tumeshuhudia changamoto zingine zilizoleta mvurugano kama huo, kama vile mgogoro wa semikondakta na mzozo wa Ukraine. Matukio haya yameonyesha udhaifu uliyopo katika mifumo yetu. Hivyo ni muhimu kutengeneza njia mpya, njia ambayo itatenganisha polepole ukuaji wa uchumi na ustawi wa watu mbali na matumizi makubwa ya rasilimali hafifu zilizopo.

Mjadala kuhusu nafasi ya teknolojia katika kutatua changamoto za ulimwengu ni mpana na wenye sura nyingi, huku pande mbalimbali zikibishana kuhusu uwezo na ufanisi wa teknolojia kufanya hivyo. Nitapitia vipengele hivyo kwa undani zaidi katika kitabu hiki.

Kuanzisha Mjadala wa Kupata Suluhisho

Ili kuharakisha mabadiliko yenye maana, tunahitaji kupiga hatua mbele ya kutambua tu suala hilo na kuchukua hatua. Sehemu hii itagusia umuhimu wa kuanzisha mjadala thabiti na jumuishi—jukwaa ambalo litaunganisha mitazamo tofauti na kujenga msingi wa mabadiliko. Ni mbiu ya kuingia vitani, ikiwahimiza wadau kutoka katika sekta zote kushiriki katika mazungumzo yenye tija ambayo yanavuka mipaka yao. Zaidi ya hayo, inaonyesha umuhimu wa si kutambua matatizo tu bali hata umuhimu wa kupendekeza suluhisho inayotekelezeka kwa vitendo na ambayo ni endelevu.

Tunapoendelea kuishi maisha yetu katika nyakati hizi zinazohitaji mabadiliko ya haraka, sehemu hizi zinatujengea misingi ya kuikabili safari ya mabadiliko iliyopo mbele yetu. Tukiunganisha ufahamu wetu, na kuwa na maono ya pamoja na suluhisho zinazoweza kutekelezeka, basi tunaweza kujenga njia kwa kizazi kipya ambapo kutakuwa na biashara endelevu, biashara ambazo zimejikita katika kufuata Mfumo wa Ubuntu na Polda.

Dunia yetu ya leo inakwenda kwa kasi, na vitu vinategemeana, ni muhimu sana kuanzisha mjadala wa kimataifa na kupendekeza suluhisho kadha wa kadha ili kutatua changamoto mbalimbali tunazokutana nazo. Ni lazima tuungane, watu kutoka mazingira mbalimba li, ili kuweka njia moja ya pamoja ambayo itawaongoza si viongozi wetu tu lakini pia itahamasisha watu katika umma kuchukua hatua za pamoja na matendo ambayo ni chanya. Ni muhimu pia kufahamu kuwa nyakati hizi ni za dharura, lakini ni muhimu kukumbuka msemo rahisi wa Kiholanzi unaosema, "Nee heb je, ja kun je krijgen," ambao ukitafsiriwa kwa Kiswahili unamaanisha "Tayari umepata hapana, na unaweza kupata ndiyo kama ukijaribu." Pamoja na hii kaulimbiu akilini, nimejitolea kwa ukamilifu kabisa katika kushiriki mazungumzo yenye tija, kuchangia mtazamo wangu katika suala hilo, na kuanzisha mjadala wa kimataifa.

"Geen woorden maar daden," kwa Kiswahili inamaanisha "Si maneno bali vitendo," kauli hii inasisitiza umuhimu wa muda wetu. Muda katika sayari hii ni mfupi sana, na tunahitajika kuchukua hatua haraka iwezekanavyo. Ni kama msemo fulani wa zamani unavyosema, muda mzuri wa kupanda mti ulikuwa miaka 20 iliyopita, na muda mwingine mzuri unaofuata baada ya hapo ni sasa. Ninakubaliana kwa asilimia mia na dhana hii na ninaamini kwamba wakati wa mimi kushiriki katika mazungumzo ya kidunia ni sasa, mazungumzo kuhusu kesho yetu sote, kabla hatujachelewa.

Ingawa inaweza kuonekana kana kwamba kuna dunia iko katika misukosuko, hatuwezi kupuuza ukweli kwamba kuna tatizo kubwa katika mfumo wetu wa siasa na uhusiano wake na jamii zetu na uchumi wa duniani. Tunaona ishara nyingi za hilo, kushuka kwa uchumi, migogoro ya kisiasa, uhaba wa chakula, janga la wahamiaji, uharibifu wa mazingira na viumbe vyake, na wasiwasi pamoja na mateso ambayo wanadamu wanayapitia. Mabadiliko hayaepukiki hasa kadri rasilimali zetu finyu zinavyo-ozidi kufifia na kuwa adimu zaidi. Hata hivyo, 'jinsi gani' na 'lini' mabadiliko haya yatafanyika ni jambo lililo nje ya uwezo wetu, lakini nimejitolea kwa ukamilifu kuwa sehemu ya suluhisho, kushiriki katika mjadala wenye tija na kuchukua hatua.

Swali moja la msingi katika muktadha wa biashara hivi leo ni kwamba, je, kufanya mambo mazuri inamaanisha kupata faida ndogo? Watu mashuhuri kama vile Prof. Gunther Pauli wameanza kujibu swali hili, wakitanguliza mbele mjadala wa mifumo mbadala. Nimepata heshima ya kufanya naye kazi kwenye miradi kadha wa kadha na kwa dhati ninakushauri sana usome vitabu vyake. Anapendekeza kutumika mbinu ya Uchumi wa Bluu, ambayo inaweka pamoja upataji wa faida na malengo yanayokusudia kusaidia sayari. Mbinu hii inaakisi kinachotokea katika ulimwengu wetu kiasilia, ambapo uchafu katika hatua moja unakuwa ni malighafi ya hatua nyingine—ni mbinu ambayo ni lazima tujifunze kuifuata, tutamani kuifuata, na tuiangalie kwa ukaribu. Kimsingi, biashara zina nafasi nyeti na zina nguvu ya kutumika kama suluhisho ya kutatua changamoto nyingi za jamii zetu, kuongeza ajira, kuwezesha jamii kujikwamua na umasikini, na kurejesha mazingira yaliyokuwa yameharibika, kama ilivyoelezewa vyema na G. Pauli: Natural Value Creation and Community (Utengenezaji wa Thamani Asilia na Jamii).

HOLISTIC IMPACT

Creativity
New value stream
Creativity
New value stream
New value stream
Creativity
New value stream
Creativity

Use waste
New value stream
Use waste with partners
New value stream
Use waste with partn
New value stream
Use waste with partners

Interconnected abundance

Input

TO: One for ALL
Infinite abundance for ALL

FROM: All for ONE
Finite resources for infinite growth of a COMPANY

Factory-like mindset

Discard waste

SHORT TERM APPROACH

HOLISTIC IMPACT - ATHARI HALISI

New Value stream - Aina mpya ya thamani

Creativity - Ubunifu

Use waste - Tumia taka au mabaki

Use waste with partners - Tumia taka au mabaki na wabia

TO - HADI

One for All - Moja kwa Wote

Infinite Abundance for All - Wingi Usiyokikomo kwa Wote

Input - Nyenzo au Pembejeo

Interconnected abundance - Wingi uliyounhanishwa

FROM - KUANZIA

ALL for ONE - WOTE kwa KIMOJA

Finite resources for infinite growth of a company - Rasilimali zenye kikomo kwa ukuaji wa kampuni usiyokikomo

Factory - like mindset - Mtazamo wa Kiwanda

Discard waste - Tupa taka au mabaki

SHORT TERM APPROACH - MBINU YA MUDA MFUPI

Hekima ya watu mashuhuri kama vile Paul Polman, aliyekuwa Mkurugenzi Mtendaji wa Unilever, pia inachangia katika kuwa na mbinu ambazo zinamzingatia zaidi binadamu katika biashara, kama ilivyoelezwa katika kitabu chake cha "Net Positive." Juhudi zake chanya za kuibadilisha kampuni ya Unilever na kuwa kampuni yenye nguvu inayonufaisha jamii ni jambo la kuvutia sana.

Ninalenga kuchangia mtazamo wangu katika mjadala huu kwa kuimarisha hoja za Profesa Pauli, Paul Polman, na wengine wengi. Kitabu hiki ni sehemu ya mchango wangu, kama vile jiwe dogo linavyosababisha mawimbi likitupwa katika bwawa la maji yaliyotulia, ninatumai kitaleta mawazo mapya kwa watu wengine. Ninajitahidi kukuza uongozi makini, kuzalisha ajira, kuinua jamii kutoka katika umasikini, na kurejesha mazingira.

Ingawa tunaweza kukubaliana kwa urahisi kuhusu mahitaji ya mfumo mbadala, hali halisi ya sasa mara nyingi inapinga mabadiliko hayo. Ili kupata msukumo na uongozi bora, tunapaswa kuzingatia mtazamo alioupendekeza Frederick Haren, ambaye anasema kwamba watu katika nchi zinazoendelea mara nyingi wana ndoto kubwa na wanaamini wanaweza kufanikisha ndoto zao. Katika ulimwengu ambao mambo mengi yanafikiriwa kabla ya kufanyika, hakuna kikomo cha mambo yanayoweza kupatikana.

Tunapaswa kuachana na mawazo yanayosema "hilo hatujalitengeneza sisi" na, kama ilivyo katika ulimwengu unaoendelea, tushikilie kile kinachofanya kazi na kukiimarisha. Ni muhimu kuwa na uelewa na kushirikiana na wengine duniani. Baada ya kuishi sehemu kubwa ya maisha yangu ya kazini katika nchi zinazoendelea, mtazamo wangu ni kama ule wa Haren na ninathamini uvumbuzi, uwazi, na uthubutu ambao umetawala katika mazingira hayo. Katika jitihada zetu za kutafuta kesho yetu bora, kuwa na sifa hizi ni jambo la muhimu sana.

Muda wa kuwa na mazungumzo chanya na yenye tija ni sasa, na nimejizatiti kutekeleza jukumu langu katika kutengeneza ulimwengu ambao ni endelevu na wenye usawa.

Ifahamike kwamba sisemi kuwa nina majibu ya maswali yote ya mustakabali wetu au uchambuzi yakinifu wa masuala ya zamani na ya sasa. Hata hivyo, ninakusudia kuwashirikisha jinsi ambavyo nilifikia katika utambuzi wangu binafsi na nyakati ambazo nilipatwa na mawazo ya ufahamu wa ghafla, kwa matumaini kwamba hivi vyote vitakusaidia kukuwezesha kupata njia yako ya kupita Changamoto za ulimwengu mara nyingi zinaweza kuonekana kuwa ni kubwa sana, na kutufanya tujihisi hatuna maana na hakuna tunachoweza kufanya. Hata hivyo, upende au usipende, sisi ni sehemu ndogo tu ya mfumo mkubwa zaidi, sisi ni sehemu tu ya walimwengu, na matendo yetu binafsi yanasababisha athari katika mnyororo mzima wa wanadamu. Jiwe letu dogo katika bwawa linaweza kusababisha mawimbi ambayo yatakutana na mengine, na kusababisha matokeo ambayo labda tunaweza tusiyaone. Tuna uwezo wa kuchagua jiwe ambalo tutalirusha ndani ya bwawa, na kusi-mama mabegani mwa wale waliotutangulia. Katika maisha yetu binafsi, huwa tunapitia awamu tano tofauti:

1. Siku za kwanza 1,000, tangu kuanza kwa ujauzito mpaka umri wa miaka miwili.

2. Siku 5,000 za ukuaji wa kasi katika kipindi chetu cha umri wa balehe.

3. Siku 10,000 za ujana.

4. Siku 10,000 za umri wa kati.

5. Siku 10,000 za uzeeni.

Jumla ya siku hizi zote ni takribani wiki 4,000, na swali ambalo Oliver Burkeman aliliuliza katika kitabu cha *Four Thousand Weeks: Time Management for Mortals*, ni swali muhimu: Je, utaamua vipi kuzitumia kwa ufanisi?

Ninataka kusisitiza tena kwamba suala si kwamba nani yuko sahihi au nani hayuko sahihi, bali suala ni jinsi tunavyokabiliana na tofauti zetu. Kuwa na mijadala wazi yenye tija ni jambo muhimu sana katika enzi zetu hizi za dijitali, ili migawanyiko ambayo imetawala katika majukwaa ya kwenye mtandao katika zama hizi za Web 2.0. Hali ya sasa katika mitandao ya kijamii na katika mitandao kwa ujumla, inahitaji mabadiliko makubwa ili kukuza, kuoneana huruma, kuelewana, na kuwasilisha mitazamo mbalimbali duniani kwa usawa.

Tumeahidiwa kwamba zama za Web 3.0 zitakuja na marekebisho ya msingi ambayo yataweka mazingira ya dijitali ambayo ni rafiki. Inatarajiwa kwamba mageuzi haya ya mtandao yataweka kipaumbele zaidi katika kushirikishana taarifa na mawasiliano ya pamoja na kuepuka watu kupewa taarifa wanazotaka wao tu kuzisikia, hii itachochea watu kutazama mitazamo mbalimbali na kujenga hisia za umoja. Mageuzi ya Mtandao ya Web 3.0 yatakapowasili, tunatazamia kuwa na mitandao ambayo inachochea watu kushikilia uelewa wa jumla wa masuala ya ulimwengu, jambo ambalo hatimaye litasaidia kupunguza migawanyiko na mipasuko mikubwa ambayo tunaiona katika zama hizi za Web 2.0.

Tunapaswa kuhakikisha tuna mitazamo mbalimbali na kuepuka kufuata mkondo wa fikra moja.

Kila mmoja wetu ana tofauti anayoileta kwa namna yake, na mimi binafsi nimechagua kufikiria kwamba ninaweza kuleta tofauti kubwa, hivyo najitahidi kukuza mambo chanya ninayoyatoa na kujenga tabia ya kuachana na mambo ninayoyafanya kama mazoea. Nilizungumzia zaidi kuhusu mada hii nilipotoa hotuba yangu katika Mkutano wa Conscious Companies' mwaka 2022, ambayo iliitwa "Geen woorden maar daden" (Si maneno bali vitendo).

Nilipata Wapi Msukumo Wangu?

Ninapotafakari ni nini hasa kinachonisukuma katika dhamira yangu hii ya Mfumo wa Ubuntu na Polda kwa ajili ya Biashara, mara nyingi huwa ninajikuta nikipata mengi kutoka katika nchi ambayo nilizaliwa, Uholanzi. Ni taifa ambalo limejizolea umaarufu duniani kote licha ya kuwa ni taifa dogo, lenye ardhi ndogo, na idadi ndogo ya watu. Ninaweza kusema kwamba sehemu kubwa ya mafanikio yake inatokana na kuwa na ardhi kubwa ambayo imerejeshwa kutoka baharini, ambayo muda wote inahitaji kusukuma maji na kingo zake kurekebishwa. Watu wa jamii zinazoishi katika ardhi hiyo kwa miaka mingi wamelazimika kuishi kwa kushirikiana ili kuepuka kupata mafuriko katika jamii zao. Haijalishi kama wewe ni tajiri au masikini, mwanaume au mwanamke, au dini yako ni ipi, kingo zinapofurika maji, kila mtu anaathirika. Mbinu hii ya kushirikiana mara nyingi inaitwa "polder model (mbinu ya polda)."

Mbinu hii ya Waholanzi ni somo kubwa sana kwa ulimwengu kwa namna ya kukabiliana na changamoto zake kuu. Changamoto nyingi za leo ni ngumu sana kukabiliwa na mtu mmoja, au taasisi, biashara, shirika, au NGO moja tu, haziwezi kutatuliwa bila kushirikiana. Sote tuko katika ardhi moja ama polda moja: tuko katika dunia moja ambayo ni yetu sote na tunakabiliana na janga moja ambalo ni mabadiliko ya hali ya hewa. Mbinu ya kiuchumi ambayo tunaifuata kwa sasa, ambayo inategemea Matumizi ya Rasilimali Finyu zenye Ukomo ili kupata Ukuaji Usio na Kikomo, ni lazima ifanyiwe mabadiliko, yatupasa kutumia mfumo wa kutumia rasilimali zetu kwa namna ambayo ni endelevu, na ya kutegemeana.

Mabadiliko haya yanaweza kuonekana ni rahisi na ya moja kwa moja, lakini yanahitaji fikra mpya. Ni lazima tuondokane na mawazo nyoofu kama mstari wa kiwandani na tuchukue mtazamo wa kufikiria kwa jumla. Ni muhimu kushirikiana na wadau nje ya mashirika yetu, hii itaweka mazingira yanayotu-unganisha katika kufanya kazi pamoja ili kutimiza lengo moja huku nyote mkifaidika. Lengo letu kuu linapaswa kuhimiza matumizi endelevu katika shughuli zetu zote, na kutumia taka zetu kwa ufanisi. Japokuwa si taka zote zinaweza kuchakatwa au kurejelezwa tena na kampuni moja na kutumika tena, angalau kuwe na uwazi kuhusu kiasi cha taka zinazozalishwa, na kinazalishwa kwa muda gani, kisha tujenge ushirikiano na biashara na jamii zingine.

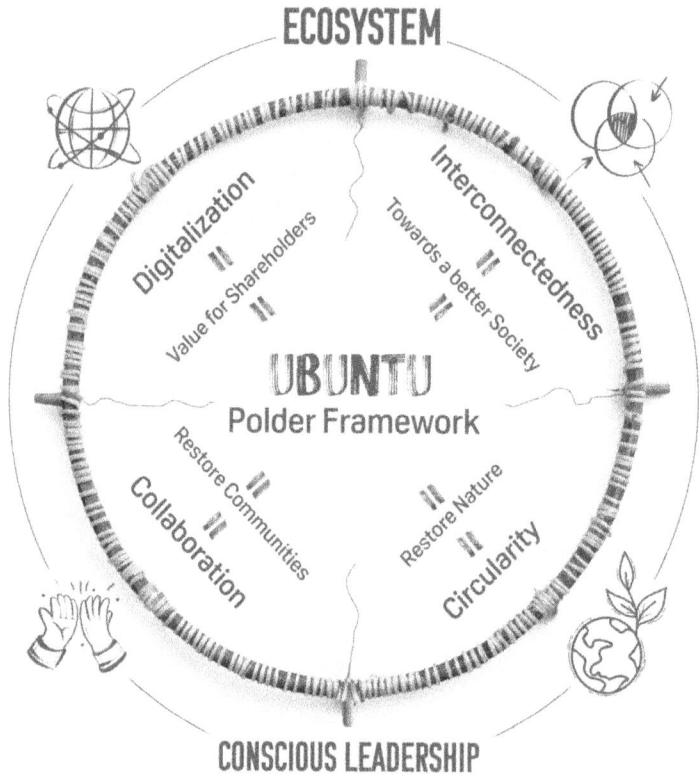

ECOSYSTEM

Digitalization
Value for Shareholders

Interconnectedness
Towards a better Society

UBUNTU
Polder Framework

Restore Communities
Collaboration

Restore Nature
Circularity

CONSCIOUS LEADERSHIP

ECOSYSTEM - MFUMO WA IKOLOJIA

DIGITALISATION - KUTUMIA DIJITALI

Value for Shareholders - Thamani kwa wenye Hisa

Interconnectedness - Uunganikaji

Towards better society - Kuwa na jamii bora

Restore communities - Unahuisha jamii

Collaboration - Ushirikiano

CONSCIOUS LEADERSHIP - UONGOZI UNAOJITAMBUA

UBUNTU POLDER FRAMEWORK - MFUMO WA UBUNTU POLDA

Ili kuziba pengo hili lililopo kati ya njia hizi za kuleta thamani, tunapaswa kuzingatia matumizi ya teknolojia. Teknolojia imekuwa chachu ya kuchochea mabadiliko, kutambua washirika sahihi, na pia kushughulikia changamoto ambazo bado hazijapatiwa suluhisho. Kuendelea kuuliza swali la "Je, itakuwaje kama...," ni jambo muhimu. Je, itakuwaje kama tukiweza kuchakata upya tunachokiona hakina thamani kwa sasa? Tunaweza kupata suluhisho kupitia kushirikiana na watu na kuunganisha mawazo na akili zetu pamoja.

Shirika moja kubwa ambalo linalofanya jitihada kuunganisha serikali, biashara, na jamii mbalimbali za kiraia ili kukabiliana na changamoto za kidunia ni 'The World Economic Forum' (Jukwaa la Masuala ya Uchumi Duniani). Nilipata fursa ya kuhudhuria WEF Afrika mnamo mwaka 2019, na katika mjadala mmoja kuhusu utokomezaji wa Malaria, mchangiaji mmoja alisema, "Tunahitaji nchi ambazo zimeathirika kuungana pamoja kwa sababu mbu hawana pasipoti." Japokuwa inaweza kuonekana kama mzungumzaji alizungumza mzaha, kauli hii inabeba ukweli mtupu: dunia yetu ni moja, changamoto zetu ni kubwa, na zinavuka mipaka, kama wafanyavyo mbu.

Tukichukua mfano kwa mara nyingine kutoka kwenye mbinu ya Polda, tunaona jinsi uvumbuzi na ubunifu wa Waholanzi unavyofanya kazi. Wanatumia rasilimali walizonazo na kukataa kuzuiwa na vikwazo. Wanazingatia matumizi ya teknolojia mbalimbali, iwe ni katika kutengeneza makampuni ya huduma zisizoshikika, kama vile huduma za kibenki, na masoko ya hisa, au katika kutengeneza zana za kutendea kazi kama vile mashine za upepo zinazotumika kusukuma maji kutoka katika ardhi zilizorejeshwa kutoka baharini ama polda na kuyapeleka katika njia za maji zinayoyarudisha baharini, au kwa kutumia nyumba za vioo ili kuweka mazingira bora ya kukuza mazao.

Mkakati huu unawahitaji viongozi kuweka macho yao si katika Viashiria vya Utendaji Kazi (KPIs) vinavyoonyesha matokeo ya mwisho tu, bali pia wanapaswa kuweka umakini wao katika

Viashiria vya awali ambavyo vinatabiri matokeo ya baadaye—vinaonyesha 'jinsi' ya kupata matokeo haya. Kimsingi, dunia inahitaji viongozi ambao wanatanguliza hatua za awali badala ya kuchukua hatua za baada. Uongozi unaojitambua unazingatia umuhimu wa 'jinsi,' kitu kinavyofanyika na kuonyesha umuhimu wa kuaminiana. Nitawafichulia siri ya kuwa na uaminifu, na kuwaonyesha jinsi kuweka malengo katika kufanya mazuri na kupunguza kujifikiria kunaweza kujenga uaminifu huu. Matokeo ya jambo hili ni kwamba utakuwa umejenga hali ya kujihisi salama kisaikolojia, na kuweza kupata matokeo bora zaidi kutoka kwa wafanyakazi wako na washirika wako ndani ya mazingira yako. Kwa sababu tupende au tusipende sote tunategemeana na njia pekee ya kuwa na mafanikio endelevu ni kwa kuwa na jamii na jumuiya zenye afya. Kwa maneno mengine, tunapaswa kuwa na ufahamu wa roho ya Ubuntu: Mimi nipo, kwa sababu sisi tupo.

Katika kitabu hiki, nitashiriki nanyi nyakati zangu binafsi za "aha" ambazo niligundua jambo na safari yangu ambayo imeniwezesha mimi kuja na mkakati huu ninaouita Mfumo wa Ubuntu na Polda kwa ajili ya Biashara. Nimeuishi mtazamo huu maisha yangu yote nilipokuwa nikifanya kazi katika nchi mbalimbali, katika nafasi mbalimbali, na katika viwango tofauti, na nitawashirikisha nilichokitambua kupitia uzoefu wangu binafsi.

Katika kitabu hiki, nitawaelekeza na kuwapa mifano halisi ya jinsi nilivyojenga mifumo yenye tija ambayo imewezesha ustawi wetu pamoja na kuunda mazingira ambayo pande zote zilipata mafanikio ya kudumu.

Kitu kinachofanya mkakati huu kuwa ni wa kuvutia sana ni kwa sababu hauhitaji mabadiliko ya ghafla katika namna unavyofanya biashara. Badala yake, unakuhimiza kuanza kidogo kidogo, kufanya majaribio, kujifunza, kufanya marekebisho madogo, na, unapojiridhisha, unapanua wigo ukiwa na ujasiri zaidi. Unafanikisha, kisha unapanua wigo zaidi.

Katika sura za mbele za kitabu hiki, nitazama ndani zaidi katika utekelezaji wa Mfumo wa Ubuntu na Polda kwa vitendo, nikikupa maarifa, mifano, na hatua ambazo unaweza kuzichukua zitakazokusaidia kubadilisha biashara yako kuwa biashara yenye nguvu na inayofanya mazuri.

SURA YA 3: MFUMO WA UBUNTU NA POLDA: HEKIMA YA KIAFRIKA NA UBUNIFU WA KIHOLANZI

KUTENGENEZA RAMANI YA MFUMO WA POLDA (POLDER FRAMEWORK)

Katika ulingo wa biashara za kimataifa, ambapo tamaduni mbalimbali na falsafa tofauti zinakutana, mfumo wa Ubuntu na Polda unachipukia kama muunganiko wa hekima ya Kiafrika na ubunifu wa Kiholanzi. Sura hii inakwenda kuangazia kwa undani kinachotengeneza mfumo huu, na kupitia kila kipengele cha msingi ambacho kinaunda mfumo huu na kuufanya kuwa mwanga unaoangaliwa na viongozi kwa ajili ya kuleta mabadiliko.

Vinavyotengeneza Mfumo wa Polda (Polder Model)

Polda za Uholanzi (Dutch Polders)

Katikati kabisa ya Mfumo wa Ubuntu na Polda kuna muunganiko wa nyuzi nyingi, ambazo zimefumwa pamoja kwa umakini mkubwa ili kutengeneza mwongozo wa pamoja wa kutumika kuleta mabadiliko ya kibiashara. Tukichukua mfano wa namna jamii za Kiafrika zinavyoishi na utendaji kazi wa Waholanzi, sehemu hii ya kitabu inatazama kitu kimoja kimoja ambacho kinatengeneza msingi wa Mfumo wa Ubuntu na Polda. Huu si mfumo wa kinadharia tu; bali ni mfano hai unaodhihirisha nguvu ya muunganiko na ushirikiano.

Mfumo huu ambao ninakusudia kuwafundisha nimeupa jina la Mfumo wa Ubuntu na Polda, ambao unatengenezwa na vipengele vitatu muhimu: kujizatiti katika shughuli za pamoja kwa manufaa ya watu wote huku biashara zikiendelea kuongeza faida.

Kuna msemo maarufu sana wa Kiholanzi unaosema, "Mungu aliumba dunia, na Waholanzi waliitengeneza kwa ustadi Uholanzi," hasa wakizungumzia maeneo ya chini. Msemo huu una ukweli ndani yake, kwani karibu asilimia 50 ya ardhi ya Uholanzi iko chini ya usawa wa bahari. Kwa maneno mengine nusu ya ardhi ipo katika polda, ikimaanisha ni ardhi ambayo imerejeshwa kutoka katika bahari. Ili kufanikisha jambo hili ilibidi kuzungushia eneo la maji kwa kingo, na kutengeneza mabwawa na kuyabadilisha kuwa polda au ardhi iliyorejeshwa kutoka baharini. Vinu vya kutumia upepo vilijengwa katika maeneo haya ili kusukuma maji kutoka kwenye polda hizo na kuyarudisha baharini.

Japokuwa nimekusudia kutumia Mfumo wa Polda kama mfano wa picha tu, naomba uniruhusu kwa muda mfupi kutoa muktadha wa ziada kuhusu hilo bila kuingia ndani zaidi katika historia ya Uholanzi.

Ni ukweli kwamba, ujio wa vinu vya upepo nchini Uholanzi ulikuwa ni mwanzo wa Mapinduzi ya Kwanza ya Viwanda. Kabla ya uvumbuzi huo, watu walikuwa wakisaga nafaka kuwa unga kwa kutumia mikono, kisha ikifuatiwa na kutumia farasi kuendeshea nafaka, kisha vilitengenezwa vinu vya maji, kabla vinu vya upepo havijachukua nafasi ya kwanza kutumika katika nchi ambayo ni tambarare na yenye upepo mwingi. Vinu vya upepo vinafanyakazi kwa njia rahisi. Kinu kinazungushwa kwa chini juu ya ardhi, ili kuelekeza mapanga yake usawa wa upepo. Kisha nguvu ya upepo inavunwa na kutumika kusaga nafaka.

Katika kipindi ambapo Waholanzi walianza kujenga vinu vya upepo, eneo la magharibi ya Uholanzi kwa sehemu kubwa lilikuwa limejaa mabwawa na hayakuwa makazi ya watu. Watu wa kwanza kuhamia katika mji huu walijenga nyumba zao kwenye matuta ya mchanga yaliyoinuka ili nyumba zao ziwe juu ya usawa wa maji. Kadri muda ulivyozidi kwenda idadi ya wakazi wa hapo ilizidi kuongezeka, watu wengi walitamani kuishi katika ardhi yenye rutuba na katika miji inayokua kwa kasi ya Magharibi mwa Uholanzi. Matokeo yake ni kwamba, walianza kujenga kingo ili kuyazuia maji. Hata hivyo, hii ililetea changamoto mpya: kulikuwa na haja ya kuyatoa maji yaliyokuwa ardhini na maji ya mvua kutoka katika ardhi hiyo ya kwenye kingo na kuyamwaga katika mto na maeneo mengine ili kuepusha kingo hizo kufurika maji tena.

Mamlaka za serikali zinazohusika na usimamizi wa ardhi hizo, zinajulikana kama Bodi za Maji ya Wilaya, asili yake inakwenda nyuma mpaka karne ya kumi na tatu kipindi ambacho zilianzishwa ili kusimamia maji. Bodi hizi za Kusimamia Maji zilianzishwa na Count Floris V na ilikuwa ni hatua muhimu sana katika kupiga hatua mbele kuelekea katika maendeleo na demokrasia inayoonekana hivi leo nchini Uholanzi. Katika nyakati hizo, wasiwasi mkubwa ulikuwa ni mtiririko wa maji, lakini ziliwahitaji wakazi wote kuwa na ushirikiano na dhamira moja ili kufanya kazi ya kuhifadhi ardhi yao na kuitunza iwe kavu.

Hata hivyo, licha ya juhudi kubwa, mnamo mwaka 1421 kuli-tokea tukio la kutisha—Mafuriko ya Saint Elizabeth. Janga hili lilichukua maisha ya mamia ya maelfu ya watu baada ya kupita katika vijiji vingi. Mafuriko hayo maarufu ya Saint Elizabeth yalitokana na kupuuza kufanya marekebisho ya msingi ya kingo ambazo zilikuwa zikilinda ardhi iliyorejeshwa kutoka baharini. Baada ya kutokea kwa janga hilo, kulifanyika uvumbuzi muhimu na walipata wazo la kuanza kutumia vinu vya upepo ili kusukuma maji. Walitumia nguvu ya upepo, lakini badala ya kuitumia kuendesha jiwe la kusagia nafaka, waliitumia kusukuma gurudumu ambalo lilipandisha maji mita 1.5 juu. Vinu vya upepo vilivyotumika katika maji vilikuwa na jukumu muhimu sana la kuondoa maji katika ardhi mpya iliyochukuliwa kutoka baharini, na kuelekeza maji kwenye mifereji. Na mifereji hiyo ilipojaa wakati wa maji kupwa, milango ya maji ilifunguliwa na kuruhusu maji ya ziada kutoka na kuelekea usawa wa mto na kuishia baharini. Mfumo huu wa kibunifu uliwawezesha kudhibiti kiwango cha maji kuwa kinachofaa katika eneo hilo.

Msimamizi wa kinu alikuwa na jukumu la kuangalia utendaji kazi wa kinu na mara nyingi alikuwa akiishi ndani ya kinu hicho pamoja na familia yake yote. Licha ya umuhimu wao mkubwa katika jamii, wasimamizi wa kinu hawakuwa na kipato kikubwa. Wake zao mara nyingi walilazimika kutafuta ajira ya ziada kwa sababu wasimamizi walihitajika kukaa karibu na kinu, na vinu vya upepo mara nyingi vilijengwa katika maeneo ya mbali.

Katika karne ya 19, Uholanzi ilishuhudia kilele cha matumizi ya vinu vya upepo, ambapo kulikuwa na jumla ya vinu 10,000 vilivyokuwa vikifanya kazi. Hata hivyo, kadri teknolojia ilivyoendelea kukua imeibua uvumbuzi wa injini ya kutumia mvuke, na baadaye, injini ya kutumia umeme, vinu vya umeme taratibu vilianza kubadilishwa na kutumia pampu za umeme. Mabadiliko haya yalilenga kupunguza utegemezi wa upepo ambao hauwezi kutabirika na kuongeza ufanisi.

Hivi leo, kuna vinu takriban 1,200 pekee vilivyobaki nchini Uholanzi, huku vingine vikiwekwa kama akiba na bado vikiwa na uwezo wa kufanya kazi, jambo ambalo linaonyesha urithi wa kudumu wa Waholanzi.

Umuhimu wa vinu vya upepo katika usimamizi wa maji unatambulika na watu wengi, jamii ya Waholanzi hata leo bado inatazama miundo mbinu hii kwa macho ya kuvutiwa. Ni jambo linaloonyesha umuhimu wake, Malkia aliyetangulia na mama wa Mfalme wa sasa wa Uholanzi, Malkia Beatrix, ni mlezi wa Chama cha Vinu vya Upepo Uholanzi.

Vinu vya upepo vilikuwa sehemu muhimu sana katika kusukuma maji nje ya kingo za ardhi mpya iliyopatikana kutoka baharini na kukamilisha mchakato huo wa kupata ardhi. Kila mtu aliyeishi katika jamii hiyo, kuanzia msimamizi wa kawaida wa kinu mpaka mfalme wa nchi, wote walitoa mchango wao kwa namna moja ama nyingine, yote ili kudumisha Mfumo wa Polda (Polder Model).

Niliishi maisha yangu ya utotoni katika ardhi iliyopatikana kutoka baharini, ambapo tulisisitizwa umuhimu wa kuwa macho dhidi ya hatari iliyopo ya janga linaloweza kutokea, kuwa na mpango wa dharura, na kukuza moyo wa ushirikiano.

Hekima ya Kiafrika: Kuelewa Ubuntu

Katika lugha ya Kizulu ambayo inazungumzwa Afrika Kusini, neno "Ubuntu" linabeba dhana ya "Ubinadamu." Mara nyingi hutafsiriwa kama "Mimi nipo, kwa sababu sisi tupo" au "Kuweka ubinadamu kwa wengine." Kwa undani zaidi, Ubuntu ni imani kuwa binadamu sote tuna kitu kinachotuunganisha na kushirikiana kama wanadamu. Kwa mujibu wa Jarida la Social Work, Ubuntu ni mkusanyiko wa maadili na desturi mbalimbali ambazo watu wa asili ya Afrika wanazitumia kuwaongoza binadamu katika njia ya kweli. Japokuwa tamaduni na desturi hizo zinaweza kuwa na tofauti ndogo ndogo katika maeneo ya jamii mbalimbali, zote zinaelekea katika wazo moja - kwamba binadamu, yeye binafsi anahusiana na dunia kwa upana zaidi katika masuala ya uhusiano, jumuiya, jamii, mazingira, na hata kiroho.

Ubuntu inasisitiza kwamba binadamu wanategemeana na kutambua wajibu walionao kwa wenzao na dunia kwa jumla. Ni falsafa inayotoa kipaumbele katika mshikamano badala ya ubinafsi.

Hata hivyo, Ubuntu si nadharia inayopatikana katika vitabu na kwenye magazeti tu; imejikita ndani na inaonekana katika maisha ya kila siku ya watu wa Afrika. Hadithi moja ya nguvu ambayo inaonyesha dhahiri dhana ya Ubuntu ni hadithi ya mtaalamu wa anthropolojia kutoka Magharibi ambaye alikuja Afrika miaka mingi iliyopita ili kusoma maisha ya makabila mbalimbali ya Kiafrika.

Wakati alipokuwa na watoto wa Kiafrika katika shughuli yake, mwana-anthropolojia huyo aliandaa mchezo. Aliweka kikapu kilichojaa matunda matamu chini ya mbuyu na kisha akawaku-sanya watoto wote kuuzunguka. Aliwaelekeza kusimama umbali wa mita 100 kutoka kwenye mti huo, na kisha kuwaeleza kwamba mtoto wa kwanza kukifikia kikapu kile matunda yale yatakuwa ya kwake. Kilichotokea kilimshangaza mwana-anthro-polojia huyo. Badala ya kila mtoto kushindana kivyake, watoto wale walishikana mikono na kukimbia pamoja kuelekea kwenye mti. Matokeo yake ni kwamba walifika katika kikapu kile kwa pamoja na kwa furaha waligawana matunda yale.

Hadithi hii inaonyesha kiini cha neno Ubuntu: "Mimi nipo, kwa sababu sisi tupo." Inadhihirisha moyo wa umoja, ushirikiano, na uhusiano wa karibu ambao ndio msingi wa falsafa hii ya Kiafrika.

Mbinu ya Mzunguko: Kufungua Vyanzo Kadhaa vya Mapato

Kwenye wimbo wa "St. Stephen" wa bendi ya Grateful Dead, kuna mstari unaovutia sana: "Mtu mmoja anakusanya kile mwingine anachodondosha." Tangu miaka ya 1960, bendi hii imekuwa chachu kwa wanaharakati wengi wa mazingira kuchochea mabadiliko. Kwangu mimi mstari wa nyimbo hiyo unabeba ujumbe mzima wa mbinu hii ya mzunguko na inaonyesha mustakabali wetu duniani. Tunapaswa kuachana na mifumo ya uzalishaji iliyo nyoofu ya kutumia bidhaa mara moja na kutumia mbinu za mzunguko, ambayo ni sawa na jinsi mazingira yanavyokuwa, ambapo yanazalisha taka kwa kiwango kidogo. Kuwa na mawazo ya mzunguko namna hii kunatoa fursa ya kutatua changamoto kede kede zinazoikabili dunia, pia kukuza matumizi endelevu, kuongeza ajira, na vyanzo vya mapato huku tukitumia kwa ufanisi na kuchakata rasilimali finyu zenye ukomo zilizopo na kuzifanya kuwa zisizo na ukomo.

Hata hivyo, mabadiliko si jambo rahisi na yanahitaji mawazo mbadala na ujasiri mkubwa ili kukabiliana na taratibu za biashara ambazo zimeshazoeleka. Kanuni muhimu kwenye uchumi wa kutumia vitu kwa mzunguko ni kuanzisha miradi yenye faida thabiti tangu mwanzo, hii inatoa fursa nyingi za ajira na kuimarisha uchumi wa ndani. Kama tukiangalia mnyororo wa thamani kwa mtazamo mpya na kufikiria kwa upeo zaidi, fursa mpya zinaweza kujitokeza. Kwa mfano, unapogundua kwamba ni asilimia 0.2 tu ya mmea wa kahawa ndiyo inayotumika katika kikombe cha kahawa, swali moja linaibuka: Je, tunaweza kutumia asilimia 99.8 iliyobaki? Nitawaambia jinsi Afrika Kusini, tulivyoweza kutumia mabaki hayo kukuzia uyoga, na kuongeza ajira kwa wakati huo.

Professor G. Pauli anatuhimiza kuvuka mipaka ya fikra zetu za kawaida na kuendelea kuchunguza mbali zaidi na mambo ya kawaida, na tufikirie kwa upeo zaidi. Matendo yetu yanapaswa kuelekezwa katika kuleta mabadiliko chanya, ni njia iliyo-jaribiwa na kuhakikiwa kuwa inaleta furaha. Inahusisha kushik-ilia "Art de Vivree" - sanaa ya kuishi - na kuwa makini na mbunifu zaidi, kama inavyokuwa katika ulimwengu. Njia hii inahimiza zaidi maisha yenye kujitosheleza, na ya kuridhisha ambayo yanaendana vyema na mazingira ya asili.

Mfumo wa Ubuntu na Polda ni mfumo kamili wa kusaidia biashara kukua na kubadilika kwa kuongeza ushirikiano, uhusiano, na utendaji kazi endelevu. Inatumia teknolojia na uchumi wa dijitali kwa ukamilifu ili kukuza mapato kwa kutatua changamoto za jamii. Ni mfumo unaofaa zaidi katika ulimwengu wa biashara wa leo kwa sababu unakabiliana na mahitaji makubwa ya kuwajibika, kushughilikia kwa jumla, na mifumo ya kibiashara ya kuongeza thamani.

Muhtasari wa Mfumo wa Ubuntu na Polda

Falsafa ya Ubuntu:

Muungano: Ubuntu ni falsafa ya Kiafrika ambayo inasisitiza kuhusu muungano wa viumbe hai wote. Katika muktadha wa biashara, inamaanisha kuelewa namna matendo yanayofanywa na biashara yanavyoweza kuathiri mfumo wa mazingira na viumbe wake, jamii, na wadau.

Ushawishi wa Mfumo wa Polda (Polder Framework): Ushirikiano na Makubaliano: Mfumo wa Polda ni mbinu ya Kiholanzi ya kufanya uamuzi mbalimbali wenye sifa za kutumia mazungumzo na jamii inayohusika, kushirikiana, na kukubaliana pamoja. Mbinu hii imechukuliwa na Mfumo wa Ubuntu na Polda ili kubainisha umuhimu wa kushirikiana miongoni mwa wadau.

KANUNI ZIKITUMIKA KWA VITENDO NA UTAMBUZI WA MWONGOZO

Ili kuelewa kwa ukamilifu dhana kuu ya Mfumo wa Ubuntu na Polda, tutazama kina zaidi kanuni zake kuu. Kanuni hizi zime-tokana na hekima ya Ubuntu na utendaji kazi wa Mfumo wa Polda wa Waholanzi, ili kuwapa viongozi ramani ya kuwaon-goza kuvuka changamoto ngumu zinazoambatana na ulimwengu wa biashara za kisasa. Kila kanuni ni kama nyota iongozayo, ikiongoza mashirika kuelekea katika mabadiliko ya jumla yenye faida kubwa kuliko faida tu za shirika.

Uongezaji Thamani kwa Wadau: Mfumo huu unajikita zaidi katika kuongeza thamani kwa wadau wote, si kwa wanahisa tu. Unatambua kwamba biashara zenye mafanikio ni lazima ziwafaidishe wafanyakazi, wateja, wasambazaji, jamii, na mazingira yake. Mfumo huu unajali na kuunganisha watu walio ndani pamoja na wale walio katika mnyororo wake mzima wa thamani kisha kugeuza uhusiano huo kuwa mfumo unaofanya kazi.

Mahitaji ya Jamii na Thawabu: Badala ya kusaka faida tu, Mfumo wa Ubuntu na Polda unahimiza biashara mbalimbali kutatua mahitaji ya jamii na kupata thawabu wanapofanya hivyo. Hii inaendana na dhana kwamba biashara ni nguvu ya kutenda mema.

Kurejesha Mazingira: Mfumo unahimiza kuwajibika katika mazingira, kusisitiza haja ya kurejesha na kulinda mazingira yetu. Unaendana na malengo ya matumizi endelevu na malengo ya matumizi ya mzunguko ya rasilimali.

Uongezaji wa Ajira: Kwa kukidhi mahitaji ya jamii na kufuata mbinu ambazo ni endelevu, biashara zinaweza kuchangia katika uongezaji wa ajira, ni jambo muhimu kwa ustawi wa jamii.

Ufanisi wa Rasilimali: Mfumo huu unahimiza ufanisi katika matumizi ya rasilimali na kupunguza taka,ni jambo linaloendana na kanuni za uchumi wa matumizi ya mzunguko ya rasilimali. Zaidi ya hayo, inatumia taka zake kutengeneza vyanzo vipya vya kipato.

Kushirikiana na Jamii: Kushirikiana na jamii za eneo linalohusika na kuelewa mahitaji yao ni suala muhimu sana katika kujenga imani na kuleta athari chanya katika jamii hizo.

Unakubali matumizi ya teknolojia ya dijitali.

Uwazi na Uwajibikaji: Utawala bora na tabia yenye maadili ni mambo yenye umuhimu mkubwa. Biashara ni lazima ziwe wazi kuhusu matendo yake na kuwajibika kwa athari zake kwa jamii na mazingira.

Umuhimu Katika Ulimwengu wa Biashara wa Sasa

Katika ulimwengu huu wenye mabadiliko mengi na yanayotokea kwa haraka, ulimwengu wenye uhusiano mwingi, ni dhahiri kwamba umuhimu wa Mfumo wa Ubuntu na Polda ni mkubwa kuliko wakati mwingine wowote. Sehemu hii ya kitabu inachunguza namna mfumo huu si jambo la kale au maono yasiyoweza kufikiwa tu bali ni mfumo unaoweza kutekelezwa kwa vitendo, na kutatua changamoto zinazozikabili biashara za sasa. Ni ramani ya mwongozo wa namna ya kuweka athari chanya ambazo ni endelevu na thabiti katika uchumi wa dunia unaobadilika kwa kasi.

Kuwa Endelevu: Mfumo wa Ubuntu na Polda unafuatisha harakati za kidunia za kuwa na matumizi endelevu. Katika ulimwengu huu unaokabiliwa na changamoto nyingi za mazingira yake, biashara ambazo zinafanya shughuli zake kwa namna endelevu zina uwezekano mkubwa zaidi wa kustawi.

ESG na Ubepari wa Wanahisa: Mfumo huu unaendana na ongezeko la sasa la kuzingatia Mazingira, Jamii, na Utawala (ESG) bora. Ubepari wa wanahisa, ambao unaweka mbele maslahi ya wadau wote, unazidi kutumika hivi sasa.

Uchumi wa Mzunguko: Mifumo ya biashara ambayo ni ya mzunguko inasisitiza utumiaji wa rasilimali kwa ufanisi na kupunguza utupaji wa taka, mifumo hiyo inaendana mzunguko uliopo katika Mfumo wa Ubuntu na Polda.

Matarajio ya Jamii: Walaji, wawekezaji, na serikali mbalimbali zinazidi kuwa na matarajio kwamba biashara zitafanya utendaji kazi wake na kuleta athari chanya kwenye jamii.

Thamani ya Muda Mrefu: Kwa kuwa na mfumo wa ufanyaji biashara ambao ni wa jumla, na wenye kuwajibika, kampuni zinaweza kuongeza thamani yao ya muda mrefu, hadhi, na uthabiti wao.

Faida ya Ushindani: Kuchukua Mfumo wa Ubuntu na Polda na kuutumia kunaweza kukupa upekee katika bidhaa unazouza na hivyo kukupa faida katika ushindani, hasa kama biashara inataka kujitofautisha.

Kwa muhtasari, mfumo wa Ubuntu na Polda unahimiza zaidi biashara kufuata mfumo wenye maadili na unaotazama zaidi siku zijazo. Pia unatambua haja ya biashara kuwa zenye uwajibikaji, endelevu, na zinazoshirikiana kwa karibu na mazingira na jamii zilizopo. Katika tasnia ya biashara ya siku hizi ambayo inabadilika kila siku, masuala ya mazingira na ya kijamii ni ya msingi sana, Mfumo wa Ubuntu na Polda unapendekeza maono ya njia ambayo biashara zinaweza kuzifuata ili kufanikiwa huku zikitoa mchango chanya kwa dunia.

Nguzo Muhimu za Mfumo wa Ubuntu na Polda katika Biashara

Kwa kuendeleza kuhusu kanuni hizo, tunapata nguzo muhimu ambazo zinabeba mfumo mzima wa Ubuntu na Polda. Nguzo hizi zimejikita kwenye kushirikiana, kutunza mazingira, na kuwajibika katika jamii, kwa pamoja zinatengeneza msingi wa mfumo wa biashara ambao unapiga hatua ya ziada katika malengo ya biashara na si kupata faida tu. Kufahamu na kuzitumia nguzo hizi katika shirika lako ni muhimu kwani itaakisi Mfumo wa Ubuntu na Polda katika maadili ya taasisi.

Kujitoa binafi na Mtazamo Sahihi Kuelekea kwenye Kuchukua Hatua

Mfumo wa Ubuntu na Polda - Njia ya Kufikia Mabadiliko ya Jumla ya Biashara:

Katika utafiti wetu wa mfumo huu wa Ubuntu na Polda na matumizi yake katika kufikia mabadiliko ya jumla ya biashara, ni lazima tuanze na msingi wa kanuni ya mabadiliko. Kanuni hii ya mabadiliko ambayo mimi naiona kama ni msingi wa safari yetu, inaweza kufupishwa kama ifuatavyo: Uzoefu + Maarifa + Kuchukua hatua (pamoja na kutumia muda wa kutosha kutafakari) = Matokeo/Mabadiliko. Hii ni ramani ambayo imeniongoza katika safari yangu na falsafa ambayo inabeba nguvu ya mabadiliko ya mfumo huu.

Hata hivyo, ni muhimu kuelewa kwamba safari ya mabadiliko haianzi kwa kuchukua hatua; inaanza kuwa na mtazamo sahihi pamoja na imani. Kabla ya kuchukua hatua yoyote, huwa kuna hatua muhimu ambazo zinatangulia. Hatua hizi za awali ni kujitoa kwako binafsi, kuweka vipaumbele, kuvumilia, na kujenga tabia zenye tija.

Kujitoa Binafsi: Chachu ya Kuchochea Mabadiliko

Kipengele cha kwanza na muhimu katika kanuni yetu ni kujitoa binafsi. Hii inahusisha wewe binafsi kuchukua uamuzi wa kuanza safari ya mabadiliko. Kwa upande wangu, kujitoa huku kuliniwezesha kuanzisha Ubuntu nchini Dubai, kampuni ya ushauri inayolenga kubadilisha ulimwengu wa biashara duniani. Imani kuu ya kujitoa huku ni kwamba biashara inaweza kuwa na nguvu na ikatumika kama chachu ya kuleta mabadiliko chanya.

Kuweka Vipaumbele: Kuishi Unachokiamini: Baada ya kujitoa binafsi, hatua inayofuata ni kuweka vipaumbele. Hii inahusisha kuainisha matendo na uamuzi wako wenye maadili na kufuata kanuni unazoamini kuwa zinaendana na maono yako. Kwenye safari yangu, niliweka kipaumbele katika matumizi endelevu, matumizi ya mzunguko ya rasilimali, teknolojia ya dijitali, na kanuni za ESG katika kiini cha mfumo wa biashara yetu. Vipaumbele hivi vilikuwa nuru iliyokuwa ikiniongoza, na kunishawishi kuhusu uamuzi gani wa kuchukua.

Uvumilivu: Kufuata Mabadiliko Bila Kukata Tamaa: Kufikia mabadiliko ya jumla si mchakato wa haraka tu. Inahitaji uvumilivu na kujitoa bila kuyumba. Nikichukua mfano wangu, nilikuwa na uzoefu kama mtaalamu kutoka nje nilipokuwa maeneo mbalimbali duniani, nilijifunza kwamba uvumilivu ni suala muhimu. Ni lazima ubaki katika mstari, hata kama ukika-biliana na changamoto na vikwazo, ambavyo haviepukiki katika ulimwengu wa biashara.

Tabia: Kusimika Mabadiliko Katika Utamaduni Wako: Ili kuhakikisha kwamba kujitolea kwako na uvumilivu wako vinaleta mabadiliko endelevu, ni muhimu kujenga tabia inayoakisi maadili yako. Hii inamaanisha kujenga utamaduni wa shirika lako ambao unafuata kanuni za matumizi endelevu, matumizi ya mzunguko ya rasilimali, na ESG. Mfumo wa Ubuntu na Polda si dhana ya kufikirika tu; ni mkusanyiko wa tabia kadhaa zilizowekwa ili kuongoza kila uamuzi na kitendo ambacho kitafanyika ndani ya shirika.

Baada ya kuweka msingi huu kwa kupitia vipengele hivi muhimu, sasa tunaweza kuanngalia kwa kina zaidi kubaini nguvu ya kuwa na mtazamo na imani sahihi, ambavyo ni nguvu inayokusukuma baada ya kujitoa binafsi, kuweka vipaumbele, kuvumilia na kuwa na tabia sahihi.

Kujitoa Binafsi na Fikra Sahihi Kuelekea Katika Kuchukua Hatua: Maneno ya busara kutoka kwa Suzuki Roshi ambayo ni, "Wewe umekamilika vile vile jinsi ulivyo (na unahitaji mareke-bisho kidogo)," inatukumbusha kwamba fikra zetu ni muhimu katika kujenga mwelekeo wa maisha yetu. Katika dunia iliyojaa vitu vingi vya kukengeusha umakini wako, na ni rahisi sana kupotea katika ratiba za kila siku na kutumia siku nzima ukishuka chini katika mitandao kwenye simu yako, ni muhimu sana kubadilisha mtazamo wetu. Tunapaswa kuweka umakini katika jambo ambalo tunatamani kulitimiza, kujifunza, kulichunguza, na kujua zaidi kuhusu jambo hilo. Kwa kupangilia muda wetu na kuuelekeza kwenye mambo tunayoy-athamini, hata kutoa muda kidogo kila siku katika kutimiza malengo haya, tunaweza kuona mabadiliko makubwa. Kujenga

46

tabia hii kunaweza kuhitaji juhudi hapo awali, mara nyingi wanasema inahitaji kutumia takribani siku 21 za kufanyia kazi bila kukengeuka, na hatimaye inakuwa ni tabia yako, hii itajenga msingi wa kukuwezesha kuchukua hatua zenye tija.

Mtazamo wetu, una nafasi kubwa sana kwa sababu mambo tunayoyaamini ndiyo yanayoongoza tabia zetu. Unapokuwa na mtazamo chanya unakuwa umeshinda sehemu ya mchezo. Ninakumbuka siku za mwanzoni nilipokuwa nimeanza kazi, nilipata nafasi ya kujifunza kutoka kwa wataalamu waliobobea kwa muda mrefu. Kiongozi mmoja mwandamizi, Lim King Fung, aliniambia maneno ya hekima sana, alinishauri na kuniambia "endelea kutabasamu" ili ufanikiwe katika kazi. Japokuwa mwanzoni nilijiuliza maswali kuhusu alichomaanisha, lakini baadaye nikagundua kwamba ujumbe wake ulikuwa ni kwamba, napaswa kuonyesha mtazamo chanya. Kadri muda ulivyokwenda, nilianza kuchunguza zaidi faida za kuwa na fikra chanya na niligundua za Kufikiria mawazo Chanya, ikiwa ni pamoja na kutumia fursa ambazo ni chanya katika kila hali.

Nilipokuwa nikifanya tathmini ya utendaji kazi wa wafanyakazi wangu, siku zote nilitoa muda kwa ajili ya kupata maoni kuhusu uhusiano wetu wa kikazi. Ninakumbuka vizuri kabisa mmoja wa wafanyakazi wangu alitoa maoni ya busara sana: "Hisia unazokuwa nazo zinanigusa mimi na kunifanya nitake kufanya zaidi na kwa ubora." Hiyo ilithibitisha kile ambacho Lim King Fung alinishauri kukifanya.

Jamii yetu mara nyingi huwa inaweka mkazo katika umuhimu wa kumiliki mali, jambo linalowawezesha watu kuwa na mtazamo wa "miliki -fanya-kuwa", ambapo tunaamini kwamba kwanza ni lazima tumiliki kitu fulani, kisha tuchukue hatua kadhaa ili kufanikisha, baada ya hapo tutakuwa tumekamilika na wenye furaha. Hata hivyo, Chris Peter anahimiza tugeuze mpangilio huu na uwe, "kuwa-fanya-miliki." Katika mpangilio huu uliogeuzwa, kwanza unaanza kwa kujiamini kwa namna ulivyo, jambo ambalo litajenga tabia yako. Kisha matendo yako yatapata thawabu kwa kile unachokitamani.

Wazo hili linaenda sawa na kanuni ya mtazamo wa kukua, mbinu iliyodumu kwa muda mrefu sana ambayo inaweza kuonekana tangu kwa Rumi, katika karne ya 13, ambaye alihimiza watu kuishi kama vile kila kitu kitakwenda unavyotaka. Imani inasababisha matendo, na bila kutenda, hakuna kitakachotendeka. Katika biashara, mara nyingi inasemekana kwamba, maono bila ya matendo ni ndoto, matendo bila maono ni ndoto ya kutisha, na matendo yenye maono yanaweza kubadilisha ulimwengu.

Katika timu zote ambazo nimewahi kuwa nazo, daima nimekuwa nikiweka wazi kwamba mimi ni muumini wa Hisia Chanya. Ukielewa nguvu kubwa iliyoko katika mawazo yako itakuwezesha kufahamu kuwa mawazo hasi yanatakiwa kukaa mbali kabisa katika akili yako. Kama rafiki yangu Conn Bertish alivyosema, "Watu wenye furaha ni vigumu kuwaua." Safari ya Conn katika kupambana na ugonjwa wa saratani kupitia nguvu ya kuwa na fikra zake iliniwezesha kuanzisha mradi wa Cancer Dojo, ambao unalenga kuwasaidia watoto kwa kutumia fikra zao katika kupambana na saratani.

Ili kushinda vikwazo ambavyo akili yangu iliviweka, ilinibidi kuchukua kauli mbiu hii: "Mimi niko kama nilivyo; ufahamu wangu ni mkubwa na mpana, na ninaziamini hisia zangu."

Safari hii ya kuelekea kuwa mtu mwenye Mtazamo Chanya huwa inafungua milango ambayo kamwe hukuiona. Ili kuonyesha nguvu ya hoja yangu, ningependa kukusimulia hadithi ya mke wangu Erma. Tulipokutana nchini Indonesia mwanzoni mwa kazi yangu, alikuwa anasomea udaktari wa meno. Baada ya ndoa yetu, alikubaliana na maisha haya ya kuwa mtaalamu anayehama, jambo ambalo lilileta changamoto katika kazi yake ya udaktari wa meno kwani nilikuwa nikihamishwa mara kwa mara. Safari yake ilibadilika kutoka kuwa daktari wa meno mpaka kusomea ubunifu wa mitindo katika

Chuo Kikuu cha La Salle nchini Ufilipino. Tulipokuwa huko Uswisi, shahada yake ya udaktari wa meno haikuwa inatambulika, hivyo alijiendeleza zaidi katika ubunifu wa mitindo. Katika udadisi wake alijikuta akigundua mtindo wa kufanana uliopo kati ya batiki za Afrika na za Indonesia, jambo ambalo lilimpa wazo la kubuni mtindo wa Afrosia, ambao ni mchanganyiko wa mtindo wa Kiafrika na Kiindonesia. Kupitia juhudi na kuwa na mtazamo chanya, alitambulisha mitindo yake katika shindano la Miss Cameroon. Mtindo wake ulikuwa ni gumzo, na kupitia mafanikio hayo alianza safari yake mpya na ya kipekee. Hata ilimuwezesha kuwa Makamu wa Raisi wa Shindano la Miss Cameroon, ambapo alifanikiwa kwa mara ya kwanza kabisa, kufanikisha Miss Cameroon kushiriki katika shindano la Mrembo wa Dunia. Katika jitihada zake za kuonyesha vipaji vya Cameroon kwa dunia, aliandaa matamasha ya Muziki, Mitindo na Filamu ambayo yalileta macho ya mataifa ya nje kutazama vipaji vya Afrika ya Kati na ya Magharibi. Hadithi hii ya Erma ni mfano halisi wa nguvu kubwa uliyonayo unapoamini kitu na kuchukua hatua ili kukifanikisha.

Katika fani yoyote, kuwa na maarifa na kipaji ni vitu muhimu, lakini vitu muhimu zaidi ni dhamira, kurudia bila kukata tamaa, na uvumilivu. Hivi vinahitajika ama kwenye kazi yako, katika kuandika kitabu, kujifunza lugha mpya, au jambo lolote unalojaribu kulifanya. Adui mkubwa wa dunia hii inayobadilika kwa kasi ni kuridhika, na unahitajika kuendelea kujifunza, kuachana na uliyojifunza na kujifunza zaidi.

Katika ulimwengu unaonekana kuwa hauna mwelekeo wala kiongozi, ni muhimu tujenge fikra ya ulimwengu bora na tuwe na imani kwamba tunaweza kuleta mabadiliko chanya kupitia matendo yetu. Imani ndiyo inayoongoza matendo yetu, na hivyo kutusogeza karibu zaidi na ulimwengu huo bora. Mawazo yetu yana nguvu ya kuumba, ama uwe unafahamu au hufahamu hilo. Tunakuwa na nguvu kubwa sana pale tunapojiamini. Fikra ya mtu ambayo inatambua haja yetu ya kushirikiana na kufuata falsafa ya "Mimi nipo, kwa sababu sisi tupo" na nguvu yetu katika udhaifu wetu itakuwa katika njia sahihi kuelekea katika ulimwengu bora zaidi. Tusaidiane pamoja, tuheshimiane, tupendane, na tuaminiane katika ardhi yetu tunayoishi pamoja.

Terence McKenna aliwahi kuzungumza kwa busara kuwa, "Mazingira ya ulimwengu yanapenda ujasiri. Unapoweka dhamira, mazingira yako yataondoa vikwazo vinavyoonekana kuwa ni vikubwa sana." Ukithubutu kuota ndoto ambayo inaonekana kuwa haiwezekani kutimizwa, dunia haitakuangusha; itakuinua. Siri ambayo walimu na wanafalsafa mashuhuri walielewa, ni kwamba, ili kupata sehemu salama unahitajika kurukia pasipofahamika.

Katika nyakati hizi ngumu, ni muhimu kukumbuka kwamba ndege huruka inapokwenda uelekeo tofauti na upepo, si inapokwenda uelekeo mmoja na upepo, kama Henry Ford alivyoeleza kwa hekima. Mabadiliko ya kweli huanza kwa mabadiliko yako binafsi. Ni kanuni rahisi: Uzoefu + Maarifa + Kuchukua hatua = Matokeo/Mabadiliko. Kila safari ya kipekee ilianza kwa hatua ya kwanza. Hilo ni jambo linalofahamika, lakini mara nyingi tunasita[1] na kusubiri wengine wachukue hatua. Watu ambao wanaleta mabadiliko ya kweli, wale waliofanikiwa na tunaowatazama, ni watu ambao walichukua hatua. Mara nyingi huwa hawakiri makosa yao mengi waliyoyafanya na njia walizokosea kupita kabla ya kufanikiwa. Lakini kanuni iko wazi: anza, utajikwaa, endelea kujaribu, tazama, rekebisha, na vumilia mpaka utakapohisi kwamba umemudu. Kisha, na ni baada ya kufika hatua hii tu unaweza kusonga mbele na kukuza unachofanya.

Sasa, hebu tuangazie umuhimu wa kutambua na kuwa makini na kile unachokubali, ili kuhakikisha kuwa matendo yako yana maana na yanastahili muda wako.

Kutambua Matendo Yako

Katika safari ya kujizatiti na kuwa na fikra sahihi kabla ya kuchukua hatua, ni muhimu sana kuchambua kwa umakini na kutambua mambo ambayo unayakubali. Matendo yako yanatakiwa kurandana na malengo yako na kuendana na mambo unayoyathamini. Fikiria kuhusu aina tatu za majibu ya "ndiyo":

IQ (Akili) – Kuafikiana Kimantiki: Hakikisha kwamba mantiki ya matendo yako inaingia akilini na inaendana na malengo yako. Je, yatakusaidia kukusogeza karibu zaidi na maono na dhamira yako?

EQ (Moyo) – Kuungana na Hisia: Tafakari kuhusu upande wa kihisia. Je, matendo haya yanaimarisha uhusiano na kuhusiana na wengine? Je, yataimarisha jitihada zako za kujenga maelewano baina ya watu katika timu yako?

BQ (Hisia za Ndani/Mwilini) – Amani ya Ndani: Sikiliza hisia zako. Je, unajihisi kuwa sawa ndani ya nafsi yako? Je, una amani, au unahisi kuwa na wasiwasi? Amini hisia zako unapokuwa unafanya uamuzi.

Kwa kuchambua kwa makini matendo yako kwa kutumia akili yako, moyo wako, na hisia zako kwamba juhudi zako zina matokeo yenye maana. Kutambua hilo ni muhimu katika safari ya mabadiliko, inakusaidia kuelekeza nguvu zako na rasilimali kwenda katika matendo muhimu zaidi. Kwa mambo yote ya msingi na uamuzi umuhimu, hakikisha unapata Ndiyo hizo tatu, unapojiuliza hakikisha jibu ni ndiyo Kichwani, Moyoni na Ndani yako, kabla ya kusonga mbele.

Katika sura hii, tumetazama kanuni ya mabadiliko, tumetazama jukumu la kujitoa binafsi, nguvu ya kuwa na fikra chanya, na umuhimu wa kutambua matendo yako. Vipengele hivi ni kama tofali na vinahitajika kujenga nyumba ambayo ni mfumo wa Ubuntu na Polda, ambao unaziwezesha biashara kuwa na nguvu ya kutenda mazuri duniani. Njia ya kuelekea kwenye mabadiliko ya jumla ya biashara sasa ina mwangaza, na tuko tayari kuanza safari ambayo itauboresha ulimwengu.

Dumisha Ushirikiano na Tafuta wa kukuunga mkono ndani ya Shirika lako

Mara tu fikra zako kama kiongozi zinapokuwa tayari kuchukua hatua, hatua muhimu inayofuata ni kufanya shirika lako kuendana na maono yako. Kufanikiwa katika jambo hili kunahitaji kufanyika jitihada kubwa kubadilisha utamaduni wote wa kampuni, kwani hicho ndicho kitu kitakachosukuma kazi hii na kuwezesha kufanikiwa.

Ingawa ni muhimu kujitoa wewe binafsi katika kukamilisha lengo, ni muhimu pia kuhakikisha kwamba timu yako nzima inashirikiana. Ili kufanikiwa, unapaswa kuwa na maono yaliyo wazi au ya kuvutia. Hiyo si kwamba itawachochea watu tu lakini pia itatumika kutoa mwongozo wa namna ya kufanya kazi. Maono yenye ushawishi yanakuwezesha gawanya malengo yako makubwa na kuwa sehemu ndogo tatu au nne za kipaumbele, ambazo pia zinaweza gawanywa tena kuwa malengo madogo mawili au matatu ambayo yanaweza kufikiwa pia. Mtindo huu wa utekelezaji unawarahisishia watu katika timu yako kuchukua hatua na kuanza kutekeleza. Kumbuka, siku zote unaweza kufanya marekebisho ili kurudi katika njia sahihi. Pia kuuweka mpango huu katika maandishi kunarahisisha kazi kwa watu wote, kwani inaonyesha uhusiano utakaokuwapo baina yenu, inafafanua na kuonyesha majukumu ya kila mtu, na pia inawezesha kila mtu kufanya kazi kwa kujitegemea wote mkielekea katika uelekeo mmoja.

Ni muhimu pia kushughulikia na kutatua tatizo la hofu zinazokuwapo ambazo mara nyingi huwa zinadhoofisha mipango ya mradi. Hofu ya kushindwa, hofu mameneja kupoteza imani kwa mtu anayehusika, au hofu ya kuonekana mjinga mbele ya wenzao, zote zinaweza kurudisha nyuma maendeleo. Hiyo ndiyo maana ni muhimu kufafanua kwa uwazi kadri iwezekanavyo matokeo ambayo yanatarajiwa tangu mwanzo. Zaidi ya hayo, ni muhimu kujenga utamaduni wa watu kuhisi wako salama kisaikolojia. Katika utamaduni kama huo, wafanyakazi wanaweza kufanya kazi kwa nguvu zao zote bila hofu ya kuhukumiwa. Ni mahali ambapo inahimizwa kuchangia mawazo ya kujenga mawazo ya wengine, mahali ambapo mafanikio madogo yanasherehekewa, na hata kushindwa pia baada ya kutumia hekima kunasherehekewa kwani yote ni sehemu ya safari ya maendeleo.

Kujenga utamaduni thabiti na imara wa kushirikiana ni muhimu ili kuwa na ufanisi katika utendaji kazi. Tafiti zinaonyesha kwamba kuna mambo matatu muhimu ambayo yanahitaji kujengwa na kulindwa:

1. **Usalama wa Kisaikolojia kwa ajili ya Kuchukua Hatua:** Je, watu katika timu yako wanajihisi huru kujieleza, wanazungumza wanapokuwa na maswali au kuhofia kitu, je wanatofautiana kwa staha, na hata kufanya makosa? Ni muhimu kutofautisha kati ya aina za makosa, kama vile makosa madogo yanayoweza kuepukika dhidi ya makosa yaliyotokea baada ya kutumia hekima. Makosa yaliyotokana baada ya kutumia hekima mara nyingi yanatoa mafunzo muhimu katika uzoefu wa mhusika, jambo ambalo linamsogeza katika uelekeo sahihi, na kuongeza nafasi yake ya kufanikiwa. Pale watu katika timu yako wanapokuwa huru kuzungumza bila kuwa na hofu ya kuhukumiwa, kunakuwa na mitazamo mbalimbali, na watu wanakuwa na uwezekano mkubwa wa kutoa maoni yao na wasiwasi wao kabla kosa kubwa halijajitokeza.

2. **Malengo ya Pamoja kwa ajili ya Ushirikiano:** Ni muhimu sana kwa kila mtu kwenye timu yako kuelewa jinsi utaalamu na wajibu wao unavyochangia katika utendaji kazi wa timu kwa jumla na nafasi yake ndani ya muktadha wa shirika. Kila mtu anapofanya kazi zake kutimiza lengo moja, inaleta ushirikiano na hisia za kuwa pamoja.

3. Kusudi lenye Kusaidia Jamii: Wafanyakazi kufahamu tu kusudi la kazi yao haitoshi; wanatakiwa pia kuelewa kazi yao inamfaidisha nani. Pale watu katika timu yako watakapotambua kwamba juhudi zao zinatoa mchango wenye maana duniani na zinasaidia wengine, wanapata hisia kuwa wanafanya kusudi lenye kusaidia jamii. Matokeo yake ni kwamba, hisia hii inakuwa ni chachu ya kuwasukuma, huku timu yako ikiendelea kufanya kazi pamoja kutenda mema zaidi.

Kwa kukuza vipengele hivi vitatu, utaweza kujenga utamaduni katika timu yako ambao si utafanya kazi vizuri tu lakini pia utawawezesha kuwa na ufanisi, kujifunza kutokana na mambo wanayoyapitia, na kuwafanya wajikite katika malengo yao pamoja.

Katika ulimwengu wa kufanya kazi katika mashirika, mara nyingi ni rahisi kukubali kwamba kuwa na timu sahihi au kuwa na utamaduni sahihi wa kampuni ni muhimu sana, na pia hata kubainisha maadili yanayofaa. Hata hivyo, mara nyingi viongozi hawatumii muda wa kutosha kuhakikisha kwamba utamaduni huo unaotakiwa unadhihirika katika kampuni. Utamaduni mara nyingi unaelezewa katika warsha tu za uongozi na unabaki kuwa jambo lisiloeleweka ambalo linaelezewa kwa maneno yasiyoeleweka na kauli za namna hiyo kwa maandishi.

Kwenye kazi yangu kama kiongozi mkuu wa shirika katika nchi 23 katila kanda mpya iliyoundwa, nilitambua kwamba nilihitajika kuongeza jitihada zaidi. Mienendo ya watu katika kikundi mara nyingi haiendani yenyewe tu. Mgawanyiko huu huwa unaunda hali ya "sisi dhidi ya wao," kwa watu walio juu yao na kwa watu walio sawa na wao, hali inayosababisha kutokuwa na ushirikiano kati ya wafanyakazi. Ili kufanya utamaduni uwe dhahiri na uzame ndani, tulifanya kazi na kampuni ya kutoka Afrika Kusini inayoitwa Blueprint.

Kabla ya kuwashirikisha Blueprint, tayari tulikuwa tumeanza kujenga misingi ya utamaduni wetu. Nilihitaji timu nzima ya mameneja kufanyia mazoezi "uongozi katika ngazi ya msingi."

Tulifanya mamia ya mikutano ya wazi katika kumbi za miji, tukifika katika matawi yote yaliyopo katika maeneo mbalimbali, tulifanya hivyo kwa angalau kila robo mwaka. Tulijikita katika kuweka mshikamano wa pamoja na kumhusisha kila mtu, tukiwa na lengo la kuwaleta wafanyakazi wote pamoja si kiakili tu bali pia katika mioyo yao. Tulisisitiza kujenga shirika ambalo kila mtu anajali usalama wa mwenzake, mahali ambapo uko huru kujieleza, mahali ambapo unaambiwa ukweli halisi wa kinachoendelea, mahali ambapo nguvu zako zinaongezwa, kazi ya kila mmoja inatambuliwa, na mahali ambapo hakuna sheria za ajabu zisizo za lazima.

Kwa pamoja na kampuni ya Blueprint, tulijenga utamaduni wetu kwa kushirikiana na zaidi ya asilimia 95 ya wafanyakazi wote, na tuliuita jina la "fomyula ya ushindi." Ilianza na viongozi kuwa wazi kuhusu "picha ya mafanikio" kisha kuomba maoni ya watu wote katika shirika, ili kuhakikisha kwamba kila mtu ameshirikishwa. Mchakato huu ulitathmini ni mambo gani yalifaa katika utamaduni wa sasa na kwa pamoja kujadili vipengele muhimu vya kuzingatia katika utamaduni mpya tunaoutaka. Mchakato ulibainisha vichochezi (tabia ambazo tunataka kuziona zaidi) na vizuizi (tabia ambazo tunataka kuzipunguza).

Kisha hayo yalionyeshwa kwa kutengeneza picha ya kila kichochezi na kizuizi. Picha hizi zilitengenezwa na wafanyakazi wenyewe, hivyo kuzifanya kuwa na uzito zaidi. Fomyula nzima kwa jumla, ikiwa na vichochezi kwa juu na vizuizi kwa chini, hatimaye iliishia kuwa kazi ya sanaa. Kwa kuibandika maeneo mbalimbali, ilifanya iwe ni kitu halisi cha kutukumbusha kila siku, na kukaa katika kumbukumbu za watu wote. Kufanya tafiti za kila robo mwaka kulituwezesha kufuatilia uimara wa utamaduni huo na mwenendo wake katika shirika zima na kurekebisha mapema maeneo yenye changamoto. Kadri muda ulivyopita, tuliweza hata kutumia utamaduni wetu kukadiria ni maeneo gani ya kampuni yetu yatafanya vyema na yapi yatafanya vibaya. Mbinu hii ilibadilisha kile ambacho kwa kawaida kilionekana kuwa kipengele "kisicho cha msingi" na kuwa kipengele "cha msingi" ambacho kiliendesha ufanisi wa utendaji.

Panua Wigo na Tengeneza Mazingira

Ili tufanikiwe kuwa na rasilimali za kutosha kwa mustakabali bora zaidi wa hapo baadaye, ni lazima tutambue kwamba njia ya mafanikio inatutaka tushirikiane na kufanya kazi pamoja ndani ya mazingira yetu. Tunapokuwa ndani ya mazingira haya, wazo la kuchukua hatua za kumfaidisha kila mhusika linawekwa wazi, ambapo watu na mashirika wanakutana kushirikiana pamoja katika mfumo huu wa uchumi huu wa kazi za muda mfupi.

Katika miaka ya 1930, mwanabotania wa Uingereza, Arthur Tansley alitunga neno "ecosystem (mfumo wa viumbe na mazingira)" ili kuelezea jinsi viumbe kwa pamoja wanavyohusiana wao kwa wao na mazingira yao, mfumo unaojumuisha vitu kama hewa, maji, na ardhi. Katika mfumo huu, viumbe huwa wanashindana, wanashirikiana, na kubadilika pamoja kunapokuwa na mabadiliko ya nje ili waweze kustawi.

Dhana hii ya kibiolojia ilionekana kufanana moja kwa moja na mwenendo wa ulimwengu wa biashara kupitia kazi iliyofanywa na mtaalamu wa kupanga mikakati ya biashara James Moore, ambaye katika makala yake ya mwaka 1993 ya *Harvard Business Review*, iliyoitwa "Predators and Prey: A New Ecology of Competition," alifananisha kampuni katika ulimwengu wa biashara unaozidi kuwa na ushirikiano mkubwa zaidi na zaidi na mkusanyiko wa viumbe wanaobadilika na kuzoea mazingira mapya ili waweze kuendelea kuishi. Moore alipendekeza kwamba, biashara hazipaswi kutazamwa zenyewe binafsi bali zinapaswa kutazamwa kama sehemu moja ya biashara nyingi zilizopo ndani ya mfumo wa mazingira ya biashara, mfumo ambao unahusisha sekta kadhaa.

Katika muktadha wa ukuaji wa teknolojia na utandawazi, dhana hii ya mfumo wa ikolojia inasaidia kampuni kukabiliana na mazingira ya biashara ambayo hubadilika kila kukicha. Ufafanuzi wa Moore kuhusu mfumo wa ikolojia wa biashara katika kiini chake ni kama ifuatavyo:

"Uchumi wa jamii uliojengwa kwa msingi wa kuwa na mashirika na watu wanaoshirikiana—ni kama viumbe katika ulimwengu wa biashara. Uchumi wa jamii hii unazalisha bidhaa na huduma zenye thamani kwa wateja, ambao wao wenyewe pia ni sehemu ya mfumo huo wa ikolojia. Viumbe wengine ambao ni sehemu ya mfumo huo ni pamoja na wasambazaji, wazalishaji wakuu, washindani, na wadau wengine. Baada ya muda kupita, wote pamoja wanabadilika katika uwezo wao na katika majukumu yao na kawaida huwa wanafuata uelekeo uliowekwa na kampuni moja au zaidi ambazo ni kubwa na zipo katikati. Kampuni hizo zinazoongoza zinaweza kubadilika baada ya muda, lakini mchango wa kiongozi wa mfumo huu wa ikolojia ni wa thamani kwa jamii hiyo kwani unawawezesha wanachama wote kusonga mbele katika njia moja ili kutimiza maono yao ya pamoja, ili kupangilia uwekezaji wao, na kutafuta majukumu yanayowawezesha kusaidiana pamoja."

Kwa ufupi, mfumo wa ikolojia ya kibiashara unaundwa na mtandao wa kampuni zilizoshikamana na zinazowasiliana kupitia ushindani na kushirikiana ili kuongeza mauzo na kuhakikisha wanaendelea kuwapo. Mtandao huu unahusisha wanaosambaza bidhaa kwa biashara zingine, wanaosambaza kwa walaji wa mwisho, wateja, taasisi za kiserikali, michakato mbalimbali, bidhaa na washindani. Mfumo huu unapokuwa unastawi inamaanisha kwamba washirika wake wamejenga tabia inayorahisisha utoaji wa mawazo mapya, uzalishaji wa vipaji na mtaji ndani ya mfumo mzima.

Katika kiini chake, mfumo wa ikolojia ya viumbe ni jumuiya ya viumbe wanaoshirikiana ndani ya mazingira yake fulani. Katika muktadha wa biashara, mfumo huu unawakilisha mpangilio madhubuti kati ya taasisi kadhaa (wanachama) ili kuongeza thamani ya pamoja kwa wateja, mara nyingi wakiongozwa na mwanachama mmoja. Mfumo huu wa ikolojia ya kibiashara unahusisha wadau kadhaa, kuanzia wasambazaji mpaka wateja, na baadhi ya sifa zake ni kuwa na ushindani na ushirikiano. Kila mwanachama ndani ya mfumo huu wa ikolojia ya kibiashara ana uwezo wa kuathiri wengine na pia anaathiriwa na wengine, hii inajenga uhusiano ambao unabadilika kila siku na unaohitaji uwezo mkubwa wa kubadilika na kukabiliana na mabadiliko mapya, kama vile ilivyo katika mfumo wa ikolojia ya viumbe katika biolojia.

Dhana hii inashabihiana na falsafa ya Ubuntu, ambapo ushirikiano na mwingiliano mbalimbali ndani ya jumuiya unawezesha kuwa na ulinzi, ustawi, na kuinua maisha ya watu, kama vile ilivyo katika Polda za Uholanzi, ambazo zinalinganishwa na mfumo mdogo wa ikolojia. Serikali ya Uholanzi imepokea mfumo huu kwa mikono miwili, na kuutumia katika mbinu zao za kiutawala kwa kutafuta kuwa na ushirikiano na kuungwa mkono na umma, sekta binafsi, na wafanyakazi kabla ya kuchukua hatua yoyote. Tunaona mfumo huu wa kiikolojia ukitumika zaidi na zaidi katika ulimwengu wa biashara kadri uchumi wa kazi za muda mfupi unavyozidi kuendelea kukua.

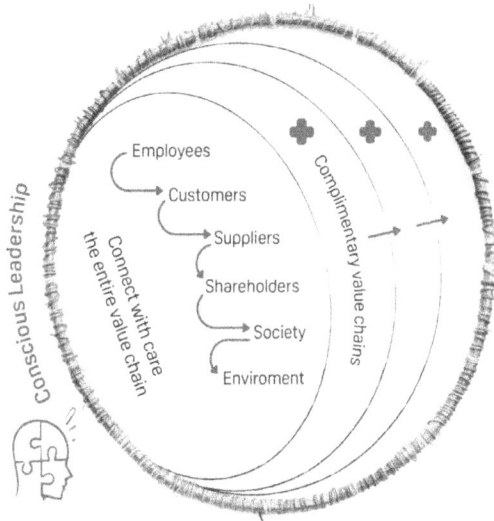

FUNCTIONING ECOSYSTEM

Conscious Leadership

Connect with care the entire value chain

Employees
Customers
Suppliers
Shareholders
Society
Enviroment

Complimentary value chains

CREATE HOLISTIC IMPACT
WIN – WIN – WIN

FUNCTIONING ECOSYSTEM - MFUMO WA IKOLOJIA UNAOFANYA KAZI

Conscious Leadership - Uongozi unaojitambua

Connect with care the entire value chain - Unaunganisha kwa uangalifu mnyororo wote wa thamani

Employees - Waajiriwa

Customers - Wateja

Suppliers - Wagavi

Shareholders - Wenye Hisa

Society - Jamii

Environment - Mazingira

Complimentary value chain - Mnyororo wa thamani wa nyongeza

CREATE HOLISTIC IMPACT - BUNI ATHARI HALISI

WIN WIN WIN - SHINDA SHINDA SHINDA

Katika dunia ya sasa, changamoto ambazo tunakabiliana nazo ni ngumu sana kuweza kutatuliwa na taasisi moja tu pekee, na zinahitaji kiwango kikubwa cha ushirikiano, bila kujali kama taasisi hiyo ni serikali, biashara, au shirika, hawawezi kuzitatua zote peke yao. Ushirikiano na kutumia uwezo na ujuzi wa mwingine ni muhimu ili kufanikiwa. Njia hii inawezesha ukuaji wa maarifa, utajiri, na kuwa na rasilimali za kutosha.

Katika vitendo, kujenga ushirikiano na mfumo wa ikolojia ya kibiashara kunahitaji kuweka wazi faida zote watakazopata wahusika, na kuhakikisha kwamba kila mtu anapata manufaa katika ushirikiano huo ili kuepuka kupotea kwa matumaini baina ya pande zingine na kukwepa kurudia kufanya majadiliano upya.

Kujenga mifumo kama hiyo inahitaji ujasiri, uwazi, ujuzi mkubwa wa kuwasiliana, utayari wa kwenda hatua moja zaidi kuliko inavyohitajika, na timu ya kuaminika. Pia inahitaji kubadilisha mtazamo na kuwa na mtazamo wa matumizi ya rasilimali kwa njia ya mzunguko, ambapo rasilimali na mawazo mapya yanazunguka na kuzidishwa, hii itachochea ukuaji. Zaidi ya hayo, teknolojia ya kisasa ina mchango mkubwa katika kuratibu na kuwezesha mawasiliano ndani ya mifumo hii, na kuifanya isiwe tu nadharia bali kuifanya kuwa halisia.

Fikiria Kuhusu Jamii, Matumizi ya Mzunguko, na Vyanzo Mbalimbali vya Mapato

Kampuni kubwa za kimataifa, japo mara nyingi huwa zinatupiwa lawama, lakini kiuhalisia zinaendelea kujifunza, kubadilika na kufanya uvumbuzi mpya, kama vile ilivyo kwa chombo chochote kinachopambana kuendelea kuwapo. Haya ni mahitaji ya lazima katika nyakati zetu hizi. Ingawa biashara ndogo za ndani zinaweza kuwa na uhaba wa rasilimali, utamaduni, maarifa, ukubwa wa kutosha, na ari inayohitajika kukabiliana na changamoto mbalimbali zinazotokana na mabadiliko ya hali ya hewa, kampuni hizi kubwa duniani zina kiwango kikubwa cha ushawishi na zinaweza kuwa na nguvu ya kutengeneza njia itakayofuatwa na wengine kuelekea katika kesho endelevu. Kampuni hizi zinaweza, na zinatakiwa kutumika kwa namna chanya, hata zinatakiwa kuhusika katika kutafuta masoko.

Hata hivyo, ni muhimu kuelewa kwamba hili haliwezi kufanikishwa kila mmoja akiwa amejitenga. Ili kukabiliana kwa ukamilifu na changamoto za mabadiliko ya hali ya hewa na masuala ya uendelevu, mashirika makubwa duniani ni lazima yafuate mfumo wa ikolojia na kuwa na fikra za uchumi wa mzunguko. Kwa mfano, asilimia 75 ya kiwango cha maji ya kunywa na hewa ya CO_2 inayotolewa vinatumika katika kilimo, badala ya kutumika katika viwanda, ambayo ni asilimia 5 pekee. Kwa hiyo, wakati kampuni hizi zinafanya juhudi ya kuboresha michakato yake ya kiutendaji kazi, wanapaswa kupanua zaidi mipaka yao, na kushirikiana na wengine katika mnyororo mzima wa thamani.

Ili kufanikisha mabadiliko haya kampuni zinahitajika kubadilisha namna zinavyotazama na kutengeneza mfumo wao wa biashara. Kampuni haipaswi kutegemea tu maono ya Mkurugenzi Mtendaji; inahitaji uelewa mpana, kuungwa mkono, na dhamira ya kudumu ambayo inafuatwa kwa dhabiti.

Lakini, mabadiliko haya yakifanikiwa, faida zinazopatikana ni za kipekee sana. Kampuni itaanza kupata mapato kutoka katika vyanzo vingi vya thamani. Mfumo huu wa ikolojia unawezesha kampuni ndogo za ujasiriamali kujiunga na mashirika makubwa. Wafanyakazi wote ndani ya shirika wanakuwa na hisia kubwa ya kuwa na kusudi, huku wakifahamu kwamba wanatatua changamoto za jamii yao, bila kuzalisha taka na badala yake wanaleta manufaa zaidi.

Hata hivyo, ni muhimu kupunguza kuzingatia tu kuhusu "uwezo muhimu" wa kampuni. Tunapaswa kutazama mbali zaidi ya shughuli hizi muhimu na tuwe tayari kutafuta vyanzo vipya vya thamani kwa kutumia taka zinazozalishwa kwa njia mpya. Njia ya kuweza kutimiza hili ni kwa kufanya kazi na washirika ambao wamebobea zaidi katika eneo hilo, kwa kufanya hivyo unakuwa unaunda mfumo wa ikolojia.

Katika mfumo huu wa Ubuntu na Polda, msisitizo mkubwa umewekwa katika kutengeneza mazingira ambayo yatafaidisha wahusika wote, ambapo jamii inanufaika kutokana na utendaji kazi endelevu, na biashara inafaidika zaidi kupitia kuwapo na vyanzo mbalimbali vya mapato na uongezaji wa thamani, na mazingira yanastawi kwa kuwa taka zimepunguzwa. Ni mfumo ambao unaziwezesha kampuni kufanya kazi huku zikitazama lengo kubwa zaidi, jambo ambalo linaenda mbali zaidi ya kuwa na fikra zilizozoeleka za kuongeza faida tu, badala yake, inawezesha kukuza fikra na dhamira ya kutaka kutatua chang- amoto muhimu zinazosumbua katika nyakati zetu hizi. Matokeo yake ni kwamba, tunakuwa na ulimwengu ambao biashara zinakuwa kama mawakala wa kuleta mabadiliko chanya, mfumo wa mazingira unastawi, na kunakuwa na uzalishaji wa rasilimali za kutosha.

Pendekezo la Mfumo wa Ubuntu na Polda kwa Biashara

Mfumo huu wa Ubuntu na Polda ambao ninaupendekeza umeshawishiwa kwa kiasi kikubwa na maisha yangu niliyokulia huko Uholanzi, pia kutokana na uzoefu wangu katika nchi zina- zoendelea, na kuthibitishwa kuwa unafanya kazi kupitia kazi za mikono yangu na kushuhudia matokeo yake kwa macho yangu. Muundo huu unathamini sana ufahamu wa mtu binafsi, msukumo wa kuchukua hatua na kufanikisha, huku pia ukita- mbua umuhimu wa kushirikiana na kutengeneza mfumo wa ikolojia pamoja. Mfumo huu unaiga namna mazingira asili yalivyo na jinsi viumbe mbalimbali wanavyotegemeana na unalenga kuongeza vyanzo mbalimbali vya mapato, na hati- maye kuweka mazingira yatakayowezesha pande zote kufanikiwa, ikimaanisha kampuni, jamii, na mazingira.

Kufanikisha utekelezaji wa mfumo huu wa Ubuntu na Polda kunahitaji muundo ambao unaambatana na Tathmini ya Mfumo wa Ikolojia, vikao vya kutafuta na kushirikishana mawazo mapya ili kubainisha miradi na mipango mbalimbali, na hatua muhimu ya kuwapatia watu katika timu yako ujuzi muhimu unaohitajika.

Zana za Kufanyia Tathmini

Ili kuziongoza biashara katika safari hii ya mabadiliko, zana za kufanyia tathmini ni kitu cha thamani kubwa. Sehemu hii ya kitabu itaeleza zana za kufanyia kazi ambazo zimetengenezwa ili kupima kiwango ambacho shirika linalohusika linafuata mfumo wa Ubuntu na Polda. Ni zaidi ya orodha tu ambayo unaipitia na kuweka tiki; ni kifaa cha kufanyia uchunguzi ambacho kinaangazia uwezo mbalimbali, na kubainisha maeneo yanayohitaji kuboreshwa, na pia kuwasha cheche ambazo zita-chochea kuleta mabadiliko halisi yanayohitajika.

Ili kutathmini hali ya sasa ya biashara katika nyanja za Dijitali, Uendelevu wake, Mfumo wa Matumizi Mzunguko, na ESG, unaweza kutengeneza zana ya kufanyia tathmini ya kina kwa kutumia vigezo kadha wa kadha. Vifuatavyo ni vipengele vya msingi:

1. Mabadiliko ya Dijitali:

- *Miundombinu ya Teknolojia:* Fanya tathmini ya mfumo wa teknolojia uliopo hivi sasa, ufanisi wake, na uwezo wake wa kukabiliana na mahitaji ya baadaye.
- *Uchambuzi wa Data:* Pima uwezo wa kusimamia data, uwezo wa kuchambua, na kufanya uamuzi unaotokana na data.
- *Mkakati wa Dijitali:* Kagua iwapo miradi ya dijitali inaendana na malengo na mikakati ya biashara kwa jumla.

- *Anachopitia Mteja:* Pima maeneo ya dijitali anayokutana nayo mteja pamoja na kuridhika kwake.
- *Uwezo wa DiJitali wa Wafanyakazi:* Fanya tathmini iwapo kuna haja ya kuwapa ujuzi mpya wafanyakazi wako ili waweze kujiamini na wasiogope mabadiliko.

2. Uwezo wa Kuwa Endelevu:

- *Athari kwa Mazingira:* Changanua kiwango cha uzalishaji wa kaboni cha kampuni, matumizi ya rasilimali, na usimamiaji wa taka zinazozalishwa.
- *Mnyororo Endelevu wa Wasambazaji:* Chunguza kiwango cha uendelevu katika utendaji kazi wa wasambazaji wako pamoja na athari zake kwenye biashara yako.
- *Bidhaa/Huduma Zinazofaa kwa Mazingira:* Tathmini kwa kiwango gani biashara yako inafaa kwa mazingira
- *Uzingatiaji wa Sheria:* Hakikisha unazingatia kanuni za usimamizi wa mazingira.

3. Mfumo wa Mzunguko:

- *Ufanisi wa Rasilimali:* Fanya tathmini rasilimali zinatumika kwa ufanisi kiasi gani na ubainishe maeneo ya kuboresha mzunguko.
- *Muda wa Kutumika Bidhaa:* Chunguza kama bidhaa zimetengenezwa na uwezo wa kuchakatwa na kutumika tena.
- *Kupunguza Taka:* Tathmini usimamiaji wa taka na michakato ya kuchakata upya inayohusika..
- *Mifumo ya Biashara ya Mzunguko:* Bainisha fursa mbalimbali za kuunda mifumo ya biashara ambayo ni ya mzunguko.

4. ESG (Kimazingira, Kijamii, na Kiutawala):

- *Kimazingira:* Pima kiwango cha kaboni kinachozalishwa na juhudi za kimazingira zinazofanywa na miradi.
- *Kijamii:* Fanya tathmini ya uhusishaji wa watu mbalimbali, ujumuishwaji, ustawi wa wafanyakazi, na ushirikishwaji wa jamii.
- *Utawala:* Chambua kiwango cha uongozi wa kampuni, maadili, na uwazi.

5. Mfumo wa Ikolojia na Ushirikiano wa Mnyororo wa Thamani:

- Tathmini namna biashara yako inavyoshirikiana na wasambazaji, wateja, na washirika wake katika masuala ya Dijitali, Uendelevu, Matumizi ya Mzunguko na ESG.
- Fanya tathmini ya athari kwa jamii nzima kwa jumla na wadau.

Mpango wa Hatua-3

Ili kufanikisha mabadiliko ya jumla ya biashara unahitaji kuwa na ramani ya mkakati wa kukuongoza. Sura hii ya kitabu itaku-funulia mpango wa hatua 3 unazoweza kuzichukua, na hivyo kukupa mkakati wa wazi utakaokuwezesha kutekeleza mfumo wa Ubuntu na Polda. Kuanzia hatua ya kwanza ya kubuni mawazo mpaka hatua ya utekelezaji, kila hatua ina makusudi maalumu ya kuisogeza biashara kuelekea katika lengo lake na kukuza faida kwa pamoja.

Utakapokuwa umemaliza kufanya tathmini, unaweza kufuata mpango huu wa hatua tatu ili kuyafikia mabadiliko:

Hatua ya 1: Weka Wazi Malengo na Uyape Kipaumbele

- Shirikiana na watu katika timu yako ya uongozi kuyafafanua kwa uwazi malengo yenu ya Dijitali, Uendelevu, Matumizi, Mzunguko, na ya ESG.
- Yawekee kipaumbele malengo haya kulingana na athari zake na uwezekano wake wa kutekelezeka.

Hatua ya 2: Buni Mpango wa Mabadiliko ya Jumla

- Tayarisha mpango wa mabadiliko ambao unaunganisha malengo ya Dijitali, Uendelevu, Matumizi ,Mzunguko, na ya ESG katika utendaji kazi mkuu wa biashara.
- Weka Viashiria Muhimu vya Utendaji (KPIs) pamoja na hatua za mafanikio katika kila eneo.
- Hakikisha kwamba mpango huo unazingatia ushirikiano na mfumo mzima wa biashara pamoja na mnyororo wa thamani.

Hatua ya 3: Utekelezaji na Uboreshaji Endelevu

- Tekeleza mpango wa mabadiliko, huku ukiwahusisha wadau wote muhimu.
- Angalia maendeleo kwa kupitia viashiria muhimu vya utendaji (KPIs) vilivyowekwa.
- Endelea kuukagua na kuurekebisha mpango kadri inavyohitajika.
- Onyesha maendeleo na mafanikio yanayopatikana kwa wengine wa ndani na nje ili kujenga uaminifu na ushirikiano.

Kumbuka kwamba mabadiliko haya ni mchakato endelevu. Unahitaji kujitoa kwa dhati, unahitaji rasilimali, na utayari wa kukabiliana na hali zinazobadilika. Mfumo wa Ubuntu na Polda, ambao unahimiza kuwa na ushirikiano na kuwa na uhusiano, utakuwa ni nyenzo muhimu sana katika safari hii ya kuibadilisha biashara yako na kuwa biashara inayotumika kwa mema.

Ramani: Kuhama kutoka Ufanyaji wa Biashara wa kawaida hadi Kufuata Mfumo wa Ubuntu na Polda

1. Kuelewa Kanuni za Mfumo wa Ubuntu na Polda:

- *Unda Timu ya Watu Muhimu:* Unda Timu timu maalumu ya watu watakaojikita katika kuelewa kanuni hizi na mambo madogo madogo katika mfumo wa Ubuntu na Polda. Hakikisha unawajumuisha watu kutoka katika idara mbalimbali ili kupata mitazamo tofauti.

2. Miradi ya Kielimu:

- *Programu za Mafunzo:* Fanya warsha na programu za mafunzo kadhaa ili kuwaelimisha wafanyakazi katika ngazi zote kuhusu mfumo wa Ubuntu na Polda, na kusisitiza kuhusu mtazamo wake wa jumla katika mabidiliko ya biashara.

3. Kuwa na Uelekeo Mmoja na Uongozi:

- *Husisha Uongozi:* Wasiliana na uongozi wa juu ili kupata ahadi yao ya kufuata mfumo wa Ubuntu na Polda. Hakikisha mnakuwa na uelekeo mmoja na thamani, na malengo ya muundo huu.

4. Tathmini ya Taratibu za Sasa:

- *Mapitio ya Biashara kwa Jumla:* Kagua mazoea mbalimbali yanayofanyika kwa sasa katika biashara, huku ukibainisha maeneo ambayo kanuni za Ubuntu na Polda zinaweza kutumika kwa urahisi.

5. Kuwashirikisha Wadau:

- *Tambua Wadau:* Bainisha wadau muhimu, ikiwa ni pamoja na wafanyakazi, wateja, wasambazaji, na jamii zinazozunguka. Andaa mikakati ya maana itakayojenga ushirikiano na ushirikishwaji baina yao.

6. Ujumuishaji wa Mfumo wa Mzunguko:

- *Warsha za Uchumi wa Mzunguko:* Fanya warsha kadhaa za kutambulisha dhana za uchumi wa mzunguko. Chunguza fursa mbalimbali zinazoweza kutumika kutambulisha dhana hii ya mzunguko katika ubunifu wa bidhaa, michakato ya uzalishaji, na usimamizi wa taka.

7. Ujumuishaji wa ESG:

- *Mafunzo ya ESG:* Toa mafunzo ya kina kuhusu kanuni za Mazingira, Jamii, na Utawala (ESG). Fanya mikakati ya biashara iendane na malengo ya ESG ili kukuza uendelevu.

8. Mabadiliko ya Dijitali:

- *Ujumuishaji wa Teknolojia:* Anzisha safari ya mabadiliko ya dijitali, huku ukitumia teknolojia kuongeza ufanisi, uwazi, na ubunifu katika shughuli zote za biashara.
- *Kuweka Mfumo wa Utawala:* Unda Kamati ya Uongozi ya Kila Mwezi, Mkurugenzi Mtendaji akiwa kama mdhamini. Jumuisha na timu ya wakurugenzi wanaofanyakazi pembeni. Teua Kiongozi Mkuu wa Mipango ya Dijitali na Kiongozi wa Mfumo wa

Mzunguko/Uendelevu. Viongozi hawa wanashirikiana na mabingwa wa dijitali au wa uendelevu kutoka katika kila idara.

9. Mipango Iliyo Endelevu:

- *Miradi Endelevu:* Tekeleza miradi ambayo ni endelevu kama vile matumizi ya nishati mbadala, kupunguza taka zinazozalishwa, na vifungashio ambavyo ni vinafaa kwa mazingira. Elekeza miradi hii ifuate malengo ya Ubuntu na Polda.

10. Mbinu ya Biashara yenye Ushirikiano - Jenga Ushirikiano:
Kuza ushirikiano na wadau, wasambazaji, na washindani ili kujenga mazingira shirikishi ya biashara. Weka kipaumbele katika kuongeza thamani na kufanikisha pande zote za wahusika.

11. Miradi Inayolenga Jamii - Kushirikisha Jamii ya Eneo Hilo:
Anzisha na kutekeleza miradi yenye athari chanya kwa jamii ya eneo lako. Toa kipaumbele kwa miradi inayotimiza mahitaji ya jamii na kutatua changamoto za mazingira.

12. Uboreshaji Endelevu - Mrejesho wa Maoni: Weka mifumo ya kuwezesha kuendelea kupokea maoni ya wafanyakazi, wateja, na wadau mara kwa mara. Tumia mrejesho huu ili kurekebisha na kuboresha shughuli za biashara zinazoendana na mfumo wa Ubuntu na Polda.

13. Vipimo vya Utendaji na Ripoti - Tayarisha Vipimo: Weka viashiria muhimu vya utendaji (KPIs) ambavyo vinapima mafanikio kwa kutazama athari za biashara kwenye jamii, usimamizi wake wa mazingira, na namna ilivyowaridhisha wadau. Andika ripoti ya maendeleo na mafanikio mara kwa mara.

14. Mawasiliano ya Viongozi - Mawasiliano ya Ndani na Nje: Wasilisha dhamira ya shirika kufuata mfumo wa Ubuntu na Polda kwa uwazi. Zungumza kuhusu mafanikio yaliyopatikana, changamoto, na matarajio ya baadaye kwa watu wa ndani na wa nje pia.

15. Kuendana na Mabadiliko – Badilika na Hali Zinazobadilika: Endelea kuwa mwepesi na wazi katika kubadilika na kufuata mikakati ya mfumo wa Ubuntu na Polda kulingana na mabadiliko katika hali ya biashara, mahitaji ya jamii, na changamoto za kimazingira.

Kwa kuanzisha mfumo wa utawala, ikiwa ni pamoja na Kamati ya Uongozi ya Kila Mwezi na viongozi waliojitoa kwa dhati, biashara zinaweza kuendelea kujikita katika kufanya kazi pamoja huku zikiendelea kufuata mchakato wa utekelezaji wa mfumo wa Ubuntu na Polda. Muundo huu unawezesha kuwa na ufanisi katika kushirikiana, usimamizi, na ujumuishaji wa miradi ya dijitali na ya uendelevu katika idara na maeneo yote.

Ufuatao ni mchoro rahisi unaoonyesha ramani ya mabadiliko haya kutoka katika Ufanyaji wa Biashara wa Kawaida na kwenda katika kufuata mfumo wa Ubuntu na Polda, ikiwa ni pamoja na muundo wa utawala:

1. Kuelewa mtazamo wa mfumo wa Ubuntu na Polda
2. Miradi ya Kielimu
3. Kuwa na Uelekeo Mmoja na Uongozi
4. Tathmini ya Taratibu za Sasa
5. Kuwashirikisha Wadau
6. Ujumuishaji wa Mfumo wa Mzunguko
7. Ujumuishaji wa ESG
8. Mabadiliko ya Dijitali + Muundo wa Utawala
9. Mipango Iliyo Endelevu
10. Mbinu ya Biashara yenye Ushirikiano

ACCOUNTABLE GOVERNANCE FOR PROFITS

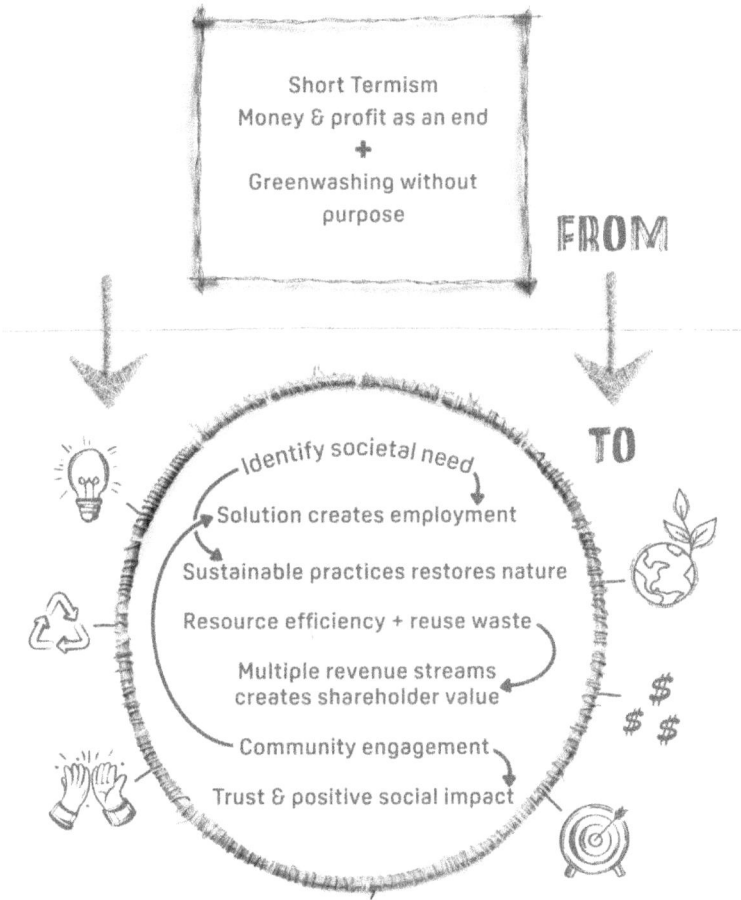

Short Termism
Money & profit as an end
+
Greenwashing without purpose

FROM

TO

Identify societal need

Solution creates employment

Sustainable practices restores nature

Resource efficiency + reuse waste

Multiple revenue streams
creates shareholder value

Community engagement

Trust & positive social impact

GOVERNANCE WITH CONSCIOUS LEADERSHIP
Accountable for impact on society & environment

71

ACCOUNTABLE GOVERNANCE FOR PROFITS - UTAWALA UNAOWAJIBIKA KWA FAIDA

Short Termism - Kwa Muda Mfupi

Money & Profit as an end - Fedha & hatimaye kupata Faida

+

Greenwashing without purpose - Uzalishaji usiozingatia mazingira

FROM - KUANZIA

TO - HADI

Identify societal need - Bainisha mahitaji ya jamii

Solution creates employment - Ufumbuzi unaongeza ajira

Sustainable practices restores nature - Tabia endelevu huhuisha mazingira ya asili

Resource efficiency + reuse waste - Ufanisi wa rasilimali + utumiaji tena taka au mabaki

Multiple revenue stream creates Shareholder value - Aina mbalimbali za mapato huongeza thamani ya wenye hisa

Community engagement - Ushirikishaji jamii

Trust & positive social impact - imani & athari chanya kwa jamii

GOVERNANCE WITH CONSCIOUS LEADERSHIP - UTAWALA WENYE UONGOZI UNAOJITAMBUA

Accountable for impact on society & environment - Unawajibika kwa athari za jamii & mazingira

Mchoro huu unaonyesha mfululizo wa hatua zilizopo katika mchakato wa mabadiliko, huku ukisisitiza umuhimu wa uhusiano wa karibu katika kila awamu. Muundo wa utawala (8. Mabadiliko ya Dijitali + Muundo wa Utawala) ni kipengele nyeti katika kuhakikisha uratibu na usimamizi madhubuti katika safari hii nzima.

Utekelezaji – Kupangilia Mabadiliko ya Jumla ya Biashara - Mtazamo Mpana

Nadharia hizi za mabadiliko zinabadilika na kuwa vitendo tunapozidi kuchunguza kwa undani utekelezaji wa mfumo huu wa Ubuntu na Polda. Sehemu hii ya kitabu hiki inatoa mtazamo mpana wa kufuata, na kuonyesha kwa kina mabadiliko muhimu yanayohitajika kufanywa na shirika, mabadiliko ya kitamaduni, na maboresho ya kufanya kwenye uongozi ili kufanikiwa kukamilisha mabadiliko. Huu ni mwongozo kwa viongozi ambao wako tayari kuanza safari hii ya mabadiliko na kubadilisha biashara zao kutokea ndani kabisa.

Katika sura zinazofuata, tutatazama kila kipengele, na kuunganisha nadharia tulizoona pamoja na hatua za vitendo, ili kuwapa viongozi ujuzi na nyenzo wanazohitaji ili kufuata mfumo wa Ubuntu na Polda na kubadilisha kabisa matokeo ya biashara zao katika ulimwengu huu uliounganika.

Nilipokuwa nikianza safari tofauti za mabadiliko katika maisha yangu ya kazi, jambo moja ambalo halikubadilika ni kwamba niligundua umuhimu wa kutayarisha muundo wa utawala ambao ni wa wazi ili kusukuma upatikanaji wa mabadiliko ya jumla. Muundo huu ulitengenezwa maalumu ili kufungamanisha teknolojia ya Dijitali, uwezo wa kuwa endelevu, utumiaji mzunguko wa rasilimali, na ESG katika misingi ya namna ufanyaji biashara wetu. Hivi ndivyo tulivyopata muundo huo wa utekelezaji:

1. *Kamati ya Watendaji Viongozi (Executive Committee Steerco):* Katika ngazi ya juu kabisa ya shirika letu, tuliunda Kamati ya Uendeshaji (Steerco - Steering Committee) iliyoongozwa na Kamati ya Utendaji. Nikiwa kama Mkurugenzi Mtendaji, nilichukua jukumu kama msimamizi mkuu kwa jumla. Kamati hii ya Uendeshaji ilipewa jukumu la kutoa mwongozo wa kimkakati na usimamizi wa safari nzima ya mabadiliko.

2. *Mitandao ya Vinara:* Ili kuhakikisha kwamba mabadiliko hayo yalikuwa na athari inayofaa na yanafikia maeneo yanayohitajika, tuliandaa mitandao miwili ya vinara, kila mtandao ukijikita katika eneo maalumu la mabadiliko:

- Mtandao wa Uendelevu na Matumizi ya Mzunguko: Mtandao huu ulijikita katika kuendesha miradi inayohusiana na masuala ya matumizi endelevu na ya mzunguko. Jukumu lake lilikuwa ni kutambua, kuhamasisha, na kuratibu miradi ndani ya vitengo na maeneo yao ambayo iliendana na malengo haya.
- Mtandao wa Teknolojia ya Dijitali: Mtandao huu wa teknolojia ya dijitali ulijikita zaidi katika kutumia nguvu ya teknolojia katika kuboresha zaidi biashara yetu. Jukumu lake kuu ni kuchunguza na kutekeleza suluhisho na fursa mbalimbali za dijitali.

3. *Kanuni ya 80 kwa 20:* Tulifuata kanuni kwamba asilimia 20 ya watu mara nyingi huwa ndio wanasukuma asilimia 80 ya mabadiliko. Kwa kuzingatia hili, tuliwachagua watu ndani ya shirika kwa umakini mkubwa ambao walikuwa na uwezo na ari ya kusukuma maendeleo haya. Vinara hawa walibainishwa kama chachu muhimu ya kuongoza juhudi zote za mabadiliko.

4. *Mafunzo na Kujenga Uwezo:* Baada ya vinara hawa kubain- ishwa, watapata mafunzo ya kina ili kuboresha uwezo wao. Mafunzo haya yalikuwa ni muhimu sana ili kuwapa ujuzi na maarifa yanayohitajika ili kuongoza mabadiliko haya kwa ufanisi ndani ya vitengo vyao vinayohusika.

5. *Kutambua Maeneo Muhimu:* Mitandao hii ya vinara ilishika nafasi muhimu sana katika kutambua maeneo nyeti ndani ya vitengo vyao ambayo yalihitaji kupewa umakini zaidi na kufanyiwa mabadiliko. Pia mitandao hii ilifanya kazi kama mawakala wa ndani wa mabadiliko walioweza kugundua fursa na changamoto mbalimbali katika maeneo yao.

6. *Ushirika wa Nje:* Kwa kutambua haja ya kuwa na wataalamu wa nje na kushirikiana na wengine, vinara hawa pia waliratibu na washirika wa nje ambao walikuwa na uwezo wa kuharakisha juhudi hizi za mabadiliko. Hii ilihusisha kujenga ushirika na mashirika na wataalamu katika nyanja ya matumizi endelevu na ya mzunguko, teknolojia za dijitali.

7. *Msukumo na Mfungamano:* Ili kuanzisha mpango wa matumizi endelevu na ya mzunguko, tulimwalika Profesa Gunther Pauli kuzungumza na Viongozi Wetu Wakuu 250. Maarifa na utaalamu wake vilitusaidia kuhamasisha viongozi wetu wakuu na kutuweka katika njia sahihi ya mabadiliko kwenye eneo hili. Vilevile, tuliwaleta wataalamu wa teknolojia za dijitali ili kuonyesha matumizi ya teknolojia za kisasa yanavyoweza kutumika kwa uongozi wetu, hivyo kuhakikisha tunaendana na malengo yetu ya dijitali na jambo la msingi zaidi ikiwa ni kuondoa uoga wa teknolojia za dijitali na kuwaonyesha jinsi zinavyoweza kutumika kubadilisha kazi zao na kuzifanya ziwe za kuridhisha na za thamani zaidi kwa kuondoa sehemu za kazi zao ambazo Hazivutii, Chafu au Hatari.

8. *Kiongozi/Mratibu wa Mtandao wa Vinara:* Kila mtandao wa vinara ulikuwa na kiongozi au mratibu aliyeteuliwa. Viongozi hawa walikuwa na jukumu la kutayarisha muhtasari wa hatua zilizochukuliwa, kufuatilia maendeleo, na kukabiliana na changamoto zozote zinazoikabili timu ya vinara. Pia waliandaa ajenda za mikutano ya kila mwezi ya Kamati ya Uendeshaji ya Viongozi (Steerco), na kuhakikisha kuwa changamoto na maendeleo vyote vinakaguliwa na viongozi wa ngazi za juu.

Kwa kuweka muundo huu wa utekelezaji, tuliweza kutengeneza mfumo thabiti ambao si uliweza kukuza ushirikiano na ubunifu tu bali pia ulihakikisha kwamba shirika lote linatazama uelekeo mmoja katika kutimiza malengo ya mabadiliko ya biashara. Kutumia njia hii ilituwezesha kuleta mabadiliko kwa ufanisi mkubwa, huku tukikabiliana na kuzitatua changamoto na kuchukua fursa mbalimbali zilizotolewa na teknolojia ya dijitali matumizi endelevu na ya mzunguko na ESG katikati ya mfumo wa biashara yetu.

SURA YA 4: MATUMIZI YA MFUMO WA UBUNTU NA POLDA: UTEKELEZAJI WA MABADILIKO

KUFIKIA MABADILIKO KATIKA AWAMU MBALIMBALI ZA BIASHARA

Tukirejelea ule msemo wa Kiholanzi "Geen woorden maar daden" – si maneno bali vitendo, tunaanza safari hii kwa vitendo. Katika sura zinazofuata za kitabu hiki, tunaingia ndani zaidi katika Mfumo wa Ubuntu na Polda, na kuchunguza nguzo za misingi yake, na kufafanua mfumo mzima. Sasa, tutaangalia kuhamisha umakini wetu kutoka katika nadharia tu na kwenda katika vitendo, huku tukionyesha matumizi ya mfumo huu kwa kutazama mifano halisi ya duniani.

Katika kipengele hiki cha kitabu, tutaangalia Mfumo wa Ubuntu na Polda ukitumika, kwa kutumia mifano unayoweza kuiona wazi katika nchi kadhaa na katika hali mbalimbali, ikigusa maeneo yote ya mnyororo wa thamani, kuanzia michakato ya ngazi ya juu kabisa, miradi ya kati na mpaka kuona matokeo katika ngazi ya chini. Kila mfano utakuwa ni ushuhuda unaothibitisha uwezo wa mfumo huu kuendana na hali tofauti, uwezo wake wa kuboresha ushirikiano, kukuza mazoea endelevu, na kuongeza thamani kwa jumla.

Hata hivyo, ninataka kukushirikisha kwa ufupi uzoefu wangu ambao ndiyo uliojenga mtazamo wangu kuhusu biashara na uongozi.

Mwanzo wa Safari Ndefu Ulimwenguni: Miradi ya Mwanzoni Kazini na Uzoefu Ulioniwezesha

Katika kipindi cha mwanzoni mwa maisha yangu, nilianza safari iliyonivusha katika mabara na tamaduni mbalimbali, na kunijengea namna mpya ninavyotazama ulimwengu. Nilipomaliza elimu yangu ya sekondari kabla sijaingia chuo kikuu, nilibahatika kupata nafasi ya kufanya mfunzo ya kazi huko France Glaces Findus, Nestlé Ufaransa, jambo ambalo kwa mara ya kwanza lilinipa uzoefu wa kipekee katika mji huu unaong'ara kwa taa za kila aina.

Paris, mahali penye mitaa ya kuvutia, ulikuwa ni mji wa kwanza kunipa uzoefu wangu katika ulimwengu wa ajira nikiwa kijana mdogo mwenye umri wa miaka 18 tu. Shirika la Nestlé, likiwa na bidhaa zake maarufu na mnyororo wa thamani uliokuwa wazi, lilishika mawazo yangu. Nilipata hisia za kuwezeshwa, na shauku yangu ilikuwa ni kuu baada ya kupewa jukumu la kutekeleza mabadiliko katika kampuni hii iliyokuwa imesambaa katika mataifa mengi.

Kama sehemu ya masomo ya chuo changu, nilihitajika kukamilisha mafunzo ya kazi mara mbili huku kila awamu ikiwa na muda wa miezi sita, nilituma maombi yangu tena mara ya pili katika Shirika la Nestlé Ufaransa na nilifanikiwa kupata fursa ya kufanya kazi ya usimamizi wa mauzo katika kitengo cha Usambazaji wa Nje. Kwa mara ya pili nilipata hisia za kuwezeshwa sana pale nilipopewa ruhusa ya kutekeleza mchakato wa uboreshaji ambao nilikuwa nimeupendekeza. Mwaka wangu wa tatu chuoni, safari yangu ilipiga hatua zaidi na kunivusha mipaka ya Magharibi, nilivutiwa na mwelekeo mzima wa nchi zinazoendelea, hivyo nilitafuta nafasi ya mafunzo ya kazi barani Asia. Kukataliwa na kampuni kadhaa za Nestlé zalizopo barani Asia, wakidai chanzo ni uwapo kwa vikwazo vya lugha, iligeuka na kuwa kichocheo katika juhudi zangu. Nilipata ari kubwa ya kufanikiwa kuingia katika kampuni hazo, hivyo nilijiandikisha katika mafunzo makali ya lugha na utamaduni wa Indonesia, nikiongeza ujuzi wa utamaduni huu katika uzoefu wangu.

Mambo yaligeuka juu chini nilipopokea simu kutoka kwa Denis Chavanis, Mkurugenzi wa Biashara wa Nestlé nchini Indonesia. Tulifanya majadiliano marefu, tukijaribu kuafikiana na kufikia makubaliano mbalimbali. Nilihisi upole wake kupitia kicheko chake kwenye simu, na kwa ukarimu aliniomba CV yangu kwa mara nyingine, sababu aliitupa CV yangu nilipoituma mara ya kwanza.

Baada ya kuwasili Jakarta kwa ajili ya mafunzo yangu ya kazi, mazungumzo yetu yaliendelea pale yalipoishia. Denis Chavanis, kwa chini chini aliniuliza kiasi nilichokuwa nikipata kutoka Nestlé huko Ufaransa. Na alinijibu kwa kunipa ofa ya kiasi ambacho kilikuwa ni mara mbili ya hapo, hiyo ilionyesha umakini wake na ilichochea zaidi ari yangu. Nilikabiliana na kila kikwazo kwa hamasa, huku nikifanya kazi katika masuala ya mnyororo wa usambazaji wakati wa mchana na kufanyia kazi masuala ya masoko wakati wa usiku.

Katika kilele cha mafunzo yangu ya kazi, niliwasilisha mapendekezo kwa Kamati ya Usimamizi ya Nestlé Indonesia. Nilipendekeza kuanzishwa kwa kitengo kipya cha Usafirishaji, maono yangu hayo yalipokewa, na huo ukawa mwanzo wa safari yangu ya mabadiliko. Niliporudi chuoni, juhudi nili-zoweka katika kitengo hicho cha usafirishaji na uunganishwaji wake katika mnyororo wa usambazaji zilizaa matunda, na zilionyesha wazi matokeo yanayoweza kupatikana kwa juhudi za mtu mmoja.

Sehemu hii ya safari yangu inaonyesha hatua nilizopiga si katika taaluma yangu tu bali pia katika uwezo binafsi wa kuzungumza na kufikia makubaliano, kujenga urafiki, na kufanya kazi kwa pamoja mambo ambayo yalikuwa ni msingi katika miaka yangu ya mwanzo. Muda wangu nilipokuwa katika mjini Paris, mji unaosemwa kuwa mji wa mapenzi kisha kwenda katika mitaa ya Jakarta iliyojaa watu wanaopishana kufanya shughuli zao za kila siku, sura hii inajenga misingi ya uwezeshwaji wangu, uvumilivu, na juhudi zangu kutaka kukua katika safari yangu— ni safari ya maisha yangu ya kazi ambayo imesukwa kwa kutumia kanuni za Ubuntu na Polda.

Baada ya kuhitimu masomo yangu, nilifuata wito ndani yangu wa kusafiri ulimwenguni na kuwa mtaalamu wa kimataifa katika shirika la Nestlé. Safari hiyo ilianza nilipokuwa na umri wa miaka 22, nikisafiri katika nchi nane kwenye mabara matatu. Ni wakati nilipokuwa Jakarta ndipo maisha yangu binafsi na ya kazi yalipobadilika kwa namna ya kipekee pale nilipokutana na mke wangu na tukaanza kujenga misingi ya familia yetu ambayo iliishia kuzunguka duniani kote.

Kipengele hiki kifupi kinabeba miaka yangu ya mwanzo niliyoitumia kujifunza, kuanzia muda nilipokuwa mitaa ya Paris mpaka kufikia mitaa ya Jakarta, huku ikionyesha hadithi yangu ya namna nilivyowezeshwa, uvumilivu wangu na juhudi zangu katika ukuaji. Kipengele hiki kinaonyesha mwanzo wa safari yangu katika ulimwengu wa ajira na historia yangu katika kuleta mageuzi na kujitoa katika kanuni hizi za mfumo wa Ubuntu na Polda.

KUFANYA UBUNIFU KATIKA NGAZI ZA JUU, KATI NA CHINI

Kulea Mafanikio katika Maeneo ya Tropiki: Kuanzia Bali mpaka Hanoi

Niliposhuka kwenye ndege kwa mara ya kwanza Indonesia, nili-hisi kama ninaingia makazi ya mamba katika kituo cha kufuga wanyama pori cha Rotterdam Zoo. Ukungu wa unyevunyevu ulinizingira, huku ukiambatana na harufu ya sigara na karafuu, na kunikumbusha wakati nilipotembelea Ubalozi wa Indonesia wa Hague kwa ajili ya kufanya maombi ya kupata viza. Hisia nyingi zililipuka ndani yangu—hisia za kuwa katika nchi hii ya kigeni, mambo mapya, kuwa na shauku kuu, na kuvutiwa na eneo hili.

Miaka yangu yote nilipokuwa Indonesia, umuhimu wa Mnyororo wa Usambazaji na kufanya mabadiliko ya jumla katika kuboresha michakato vilikuwa wazi kabisa kwangu. Kipindi cha nyuma, baada ya kupendekeza kutengeneza Idara ya Usafirishaji nilipokuwa nikimalizia mafunzo yangu ya kazi, sasa nilijikuta sio tu nimerudi kujiunga tena katika shughuli zake bali pia nilijikuta nikijitosa kwa ukamilifu ndani yake kwa muda wa zaidi ya miaka miwili. Nilijikita katika kushughulikia oda mbalimbali, ambapo nilibadilisha mfumo mzima wa usimamizi, ambapo tulihama kutoka kwenye kuzingatia bidhaa na kwenda katika kumzingatia mteja.

Licha ya kukutana na changamoto na mfanikio kadha wa kadha, moyo wangu ulijikuta ukihama katika maeneo haya mawili, Masoko, na upendo mpya uliochipuka kuhusu Mnyororo wa Usambazaji. Hisia hizi mbili ziliibuka zaidi katika vikao vya kila Ijumaa vilivyoandaliwa na Nandu Nandkishore, Meneja wa Bidhaa, ambaye alitushirikisha taarifa zake za masoko. Ilikuwa wazi kwamba roho yangu ilikuwa ikisita sita kati ya maeneo hayo mawili, lakini uzoefu wangu katika Mnyororo wa Usambazaji ulikwenda na kuwa chachu ya ukuaji wangu.

Nilipohamia kitengo cha Mauzo, wazo la kuhamishiwa kituo cha Bali, sehemu ambayo ni ndoto ya kila mtu kwenda kwa ajili ya kufurahia mapumziko yao, lilitawala akili yangu. Hata hivyo, hatima yangu ilinipeleka Surabaya, mji uliochangamka sana ambao ulikuwa na changamoto zake. Niliteuliwa kufufua biashara ya vyakula vitamuvitamu, ambapo nilishirikiana kwa ukaribu na Nandu, mshauri na mlezi wangu, katika kukabiliana na changamoto za usambazaji. Kufanya uamuzi mgumu katika jiji hilo kulisababisha ongezeko kubwa la mauzo, na ikawa ushuhuda wa matokeo fanisi yanayotokana na kufanya usambazaji wa makusudi.

Tulipoingia katika biashara ya chokoleti, hali ya hewa ya tropiki ilileta changamoto kadhaa. Hii ilitulazimisha kuanzisha "mnyororo baridi" na kuelekeza mipango yetu katika usambazaji wa kimkakati. Ubunifu ulishamiri, niliandaa matukio katika maduka makubwa, huku nikitumia kuwapo na utamaduni unaothamini familia kufanikisha mipango yetu. Kuhusisha watu maarufu kuliongeza cheche zaidi katika hilo na kufanya chapa yetu kukua maradufu kwenye mitandao ya kijamii.

Hata hivyo, nilipenda kufanya mahojiano bila kuomba idhini kwanza, jambo ambalo limesababisha ofisi kuu kuchukua hatua za haraka na kutayarisha sera kwa ajili ya vyombo vya habari (media SOP). Licha ya hilo kunikwamisha kidogo, lakini safari yangu iliendelea kusonga mbele, nilikabidhiwa jukumu la kuwa Meneja wa Uendeshaji wa Mauzo, kazi yangu ikiwa ni kuangalia shughuli zote za uendeshaji katika tawi.

Kuhama ghafla kutoka Surabaya kwenda Jakarta, halafu kujiunga na Timu ya Mradi wa Uboreshaji wa Masoko na Mauzo (SMPT), zilikuwa ni hatua zilizogeuza mwelekeo wa kazi yangu kwa haraka. Mradi wa EMAS, uliolenga kuongeza ufanisi katika masoko, mauzo, na mnyororo mzima wa usambazaji ulikuwa ni kama somo la MBA kwangu kwa njia ya vitendo. Mafanikio ya mradi yaliendelea kufanya nionekane zaidi na kuniandaa kupiga hatua zilizofuata.

Nilipofika Vietnam, kwa mara ya kwanza nilipatwa na mshangao baada ya kuwasili katika uwanja wa ndege wa Mji wa Ho Chi Minh, pamoja na soko la Hanoi, maeneo hayo yalichora picha halisi iliyoonyesha utofauti mkubwa uliopo kati ya tamaduni hizo. Nilishika nafasi ya Meneja wa Bidhaa wa Kampuni kwa bidhaa za Kahawa na Vinywaji na nafasi hii ilianzisha safari yangu kwenye kitengo cha Masoko, eneo ambalo nilikuwa nikitamani kuingia kwa muda mrefu.

Biashara ya kahawa nchini Vietnamn ilikuwa ikipitia mabadiliko ya kipekee, ilikuwa ikipanda kwa kasi sawa na ilivyokuwa ikipanda nchi hiyo na kuwa wazalishaji wakubwa zaidi wa Robusta duniani kote. Safari yangu katika kitengo cha masoko ilikabiliwa na changamoto, ikiwa ni pamoja na upinzani wa ndani na migawanyiko katika shirika. Mabadiliko ya uongozi yalisababisha kuletwa kwa meneja mwenye shauku zaidi kuongoza kanda nchi, ambaye aliboresha hali hizo na kuimarisha mazingira ya ushirikiano.

Kipindi changu kilishuhudia ukuaji mkubwa wa biashara ya kahawa. Na tulitambua kuwa wakazi wa eneo hilo walipendelea kahawa freshi, nilibadili mipango na kuweka mkakati wa Nescafé vitu 3 ndani ya 1, na kugeuza kabisa mpango wetu. Juhudi za kilimo zilichochea uzalishaji wa mbegu ya kahawa ya ndani, na kuonyesha dhamira ya Nestlé katika kufuata taratibu endelevu.

Uhamisho wangu uliofuata kwenda Ufilipino kama Afisa Mtendaji wa Biashara ya Kahawa ulifungua ukurasa mpya muhimu sana. Ufilipino palikuwa na moja ya soko kubwa zaidi la kahawa ya Nestlé duniani, na hivyo nafasi hii niliyopewa ilikuwa ni heshima kubwa na vilevile ilileta changamoto zingine mpya.

Kipengele hiki katika safari yangu ya Ubuntu na Polda kinaonyesha namna matarajio yangu binafsi, changamoto za kazi, na mazingira yanayobadilika mara kwa mara ya masoko ya Asia Kusini, vyote vilivyokuja pamoja. Tangu nilipokuwa mitaa ile ya Jakarta iliyojaa hali ya unyevunyevu tele, mpaka kufika katika masoko ya Hanoi yaliyokuwa na pirikapirika kede kede, kila hatua ilichangia katika ufahamu wangu wa biashara kwa jumla na kuendelea kuimarisha kanuni za Ubuntu na Polda nilizokuwa nazo.

Kabla ya kuzama ndani zaidi na kuanza kutazama mifano inayoonyesha Mfumo wa Ubuntu na Polda ukifanya kazi, kwanza ni lazima tuangalie vipengele viwili muhimu vinavyohitajika kwa ajili ya utekelezaji wa mfumo huu: Ubunifu na Teknolojia. Vitu hivi ni vya msingi katika hadithi hii ambayo tunakwenda kuitazama, ni kama vichocheo vya mabadiliko, na vinauwezesha Mfumo wa Ubuntu na Polda kufikia malengo yake kamili.

Kutumia Ubunifu: Mtazamo wa Mfumo wa Ubuntu na Polda

Kipengele hiki kitazungumzia zaidi eneo la ubunifu ndani ya muktadha wa Mfumo wa Ubuntu na Polda. Tutachunguza namna mfumo huu unavyoweza kuwa kama chachu inayotumia ubunifu katika misingi yake. Kwa kuunganisha hekima ya Waafrika na utaalamu wa kubuni wa Waholanzi, tunapata mtazamo wa kipekee ambao si kwamba unatumia teknolojia iliyoendelea tu bali pia unahakikisha kuwa unafuata kanuni za matumizi endelevu na yenye usawa.

Kwa kufuata misingi ya Mfumo wa Ubuntu na Polda, "Kujumuisha Ubunifu" ni nguzo ya msingi sana inayoweza kuleta matokeo makubwa kwa mtu binafsi, mashirika, na jamii pia. Ifahamike kwamba, ubunifu hauna mipaka na haujafungwa ndani ya mipaka ya maeneo fulani, jamii fulani, au ya ngazi fulani. badala yake, ubunifu unaweza kutoka kwa mtu yeyote ndani ya shirika, kwa kutumia mwongozo rahisi ambao niliuita ABC za biashara: "A" inawakilisha umakini wa kina, "B" inawakilisha ujasiri wa kupaza sauti kunapokuwa na chang-amoto, na "C" inawakilisha shauku ya kudadisi isiyokoma. Suala la ubunifu si suala la timu fulani tu katika idara; linatakiwa kuonekana katika kila sehemu ya shirika.

Ili kufikia matokeo yakinifu ni muhimu kuhimiza kila idara kushikilia matumizi ya vipaji na ubunifu. Kiini cha ubunifu ni kuwa mdadisi na huru kuuliza maswali, bila kujali yanaonekana kuwa ya ajabu kiasi gani. Ni muhimu kuweka utamaduni ambao unachochea ubunifu katika kazi zenu. Pale timu za wafanyakazi zinapopewa uwezo wa kufikiria kibunifu, huwa wanapata suluhisho za kibunifu, jambo ambalo linaboresha michakato yao, na kuelekeza juhudi zao kwenye masuala ya msingi zaidi.

Siku zote huwa nawapa changamoto wafanyakazi wote wa shirika kufikiria kuhusu swali hili rahisi lakini lenye maana kubwa: "Itakuwaje kama tukiweza kufanya mageuzi au kutatua changamoto fulani ndani ya idara yetu au eneo letu la kazi ili kuboresha maisha yetu na kazi yetu?" Hii ni kama changamoto ya kuwawezesha kufikiria kwa upana zaidi, na pia, kuchukua mawazo hayo ya ubunifu na kuyageuza kuwa hatua za vitendo. Kwa kufanya hivyo, tunabadilisha ubunifu kutoka katika kuwa nadharia tu na kuwa kitu kinacholeta matokeo yanayoonekana na kuwa sehemu ya safari yetu ya pamoja.

Matumizi ya Juu Zadi ya Teknolojia: Mtazamo wa Mfumo wa Ubuntu na Polda

Zaidi ya kupokea tu matumizi ya teknolojia, kipengele hiki kitafafanua zaidi mtazamo wa Mfumo wa Ubuntu na Polda unaohimiza matumizi ya teknolojia kwa kiwango cha juu zaidi. Suala si kutumia teknolojia kwa ajili ya kuongeza ufanisi ilimradi tu; suala ni kuitumia kama nyenzo yenye nguvu katika kuleta matokeo chanya ndani ya jamii na ndani ya mazingira yetu. Udadisi huu utaangazia jinsi mfumo huu unavyogusia namna teknolojia inavyoweza kutumika huku ukiendelea kusimama katika kanuni zake za msingi.

Katika dunia ya leo, teknolojia ni zana yenye nguvu sana ya mabadiliko, lakini ni muhimu kutofautisha kati ya teknolojia na mitandao ya kijamii. Majukwaa ya mitandao ya kijamii mara nyingi huleta utengano kwa kutumia mifumo yake ya uendeshaji kuchambua na kuonyesha maudhui mbalimbali yenye utata, lakini teknolojia inajumuisha yote haya kwa mapana zaidi. Mzizi mkuu wa mgawanyiko mara nyingi ni watu kukosa huruma, na kuwa na mawazo mgando yanayoamini kwamba mtazamo sahihi ni mtazamo wa aina moja tu. Kuibuka kwa Web

3.0 kunabeba matumaini makubwa ya kushughulikia masuala haya yaliyoibuka katika enzi za Web 2.0, na kuimarisha ushirikiano wenye tija zaidi mtandaoni.

Kadri dunia yetu inavyozidi kutumia mifumo ya kujiendesha yenyewe na ya dijitali kompyuta zinazidi kuwa na nguvu katika kufanya kazi zinazohitaji umakini na hesabu. Hii inawawezesha watu kuhamisha mitazamo yao kuelekea katika shughuli zingine zinazohitaji akili ya kihisia zaidi na uamuzi unaozingatia maadili, hivyo kuunda njia mpya ya AI na teknolojia. Mfumo wa Ubuntu na Polda, pamoja na kujikita katika kudumisha matumizi endelevu, ya mzunguko, na matumizi ya teknolojia, unatoa ramani ya kutumika kubadilisha changamoto.

Muda nilipokuwa Nchini Ufilipino: Kushikilia Mfumo wa Ubuntu na Polda

Kwa kutumia uzoefu wangu binafsi nilioupata nchini Ufilipino, sehemu hii ya kitabu nitasimulia moja kwa moja jinsi ya kushikilia matumizi ya Mfumo wa Ubuntu na Polda katika muktadha wa utamaduni na uchumi unaohusika. Nitaonyesha kwa kina matumizi ya kanuni za mfumo huu katika mazingira tofauti, na kuonyesha jinsi ambavyo kuzingatia utamaduni na uwezo wa kubadilika ni mambo muhimu katika utekelezaji wa mabadiliko ya kimapinduzi.

Katikati kabisa ya Ufilipino, katikati ya uzuri unaovutia na changamoto ngumu zilizopo, nilipata fursa ya kutumia kanuni za kwenye Mfumo wa Ubuntu na Polda katika kuleta matokeo chanya. Nchi ya Ufilipino, kama ilivyo katika nchi nyingi zinazoendelea, inakabiliana na changamoto za ufisadi, umasikini, na pengo kubwa kati ya wenye nacho na wasio nacho. Historia yake imebeba machafuko ya kisiasa na maasi mengi, hata hivyo bado inabaki kuwa ni nchi yenye ustahimilivu na furaha kwa watu wake. Nilipochukua jukumu la kusimamia faida na hasara katika Biashara ya Kahawa, nilihisi uzito mkubwa mabegani mwangu wa kuifufua sehemu hii ya biashara ambayo ilikuwa inakufa lakini japo ina uwezo mkubwa wa kuzalisha faida. Hii ilikuwa ni zaidi ya changamoto ya kibiashara tu; ilikuwa ni safari iliyonihitaji kujifunza maisha ya watu waliokuwa sehemu muhimu ya mnyororo wetu wa thamani.

"Jamani, tutoke ofisini, tuvae mabuti yetu ya tope, na twendeni mtaani tukakabiliane na mazingira ya nchini Ufilipino," niliwaambia wafanyakazi katika timu yangu. Kwa pamoja, tulitembea katika jua kali kwenye mashamba ya kahawa, na kushiriki katika mchakato wa kuvuna kahawa zilizoiva ambayo ilikuwa ni kazi ngumu, iliyoambatana na kung'atwa na sisimizi. Jambo hili la kushiriki kwa vitendo linadhihirisha dhamira ya Mfumo wa Ubuntu na Polda katika kuelewa hali halisi ya watu wake wanaofanya kazi.

Safari yetu iliendelea, tulipita katika vituo mbalimbali vya kununulia na kukusanyia kahawa pamoja na viwanda kadhaa vya kahawa, tulishuhuda hatua kadha wa kadha za uandaaji wa kahawa, kuanzia kukaanga hadi kahawa ya papo kwa hapo inavyotengenezwa. Tulitembelea maduka ya kahawa ya mtaani, huku tukichunguza "mzuka wa kahawa" uliotawala, na kujikita zaidi kwenye lugha inayotumika ndani ya menyu na tabia za walaji.

Lakini lengo letu lilikuwa ni kubwa zaidi ya kuiongezea faida kampuni tu. Tulitaka kuwawezesha wakulima wa ndani wa kahawa, ambao maisha yao yalikuwa hatarini kutokana na uvamizi mkubwa wa mbegu ya kahawa kutoka Vietinamu. Nchi ya Ufilipino, ilikuwa ni mabingwa katika uzalishaji wa kahawa, lakini sasa walikuwa wakikabiliana na hatari hiyo. Ili kufufua tena chapa ya Nescafé, tulizindua kampeni mpya ya Kahawa na Afya, ambayo ilikuwa si mbinu ya masoko tu, bali pia ilikuwa ni kichocheo cha kuleta mabadiliko chanya.

"Tuongeze mawasiliano ya redio katika vituo vya ununuzi, tuwajulishe wakulima kuhusu bei katika soko la dunia," nilielekeza, nikilenga kuondoa madalali wa kati na kuhakikisha wakulima wanapata kipato kizuri. Tulitambulisha "wakulima wa mfano" ili kuwa mfano, kutekeleza mbinu endelevu kama vile kulima zaidi ya aina moja ya mazao na kufanya kilimo asili.

Nescafé iliposherehekea kutimiza miaka 70, hatukusherehekea tu kikawaida; tulichapisha kitabu, kilichobeba safari yetu na kutumika kama moja ya nyenzo ya mawasiliano katika kampeni yetu kwa umma. Kwa wakati huo huo, kozi ya Kahawa 101 ilizaliwa, ili kuhakikisha kwamba maarifa yetu hayabaki tu ndani ya shirika letu bali yanakuwa wazi kwa wote.

Kwa kutambua jukumu letu kama viongozi katika sekta ya kahawa nchini Ufilipino, tulijitahidi kuvuka mipaka iliyokuwapo katika biashara za kawaida. Kwa kuwaza hivyo ndipo tulipopata wazo la kuanzisha jukwaa la Mpango wa Kilimo Endelevu (SAI).

Mpango wa Kilimo Endelevu, ulioko Brussels, uliweka miongozo ya kufuatwa na dunia nzima ya kuendesha kilimo endelevu, ikiwa ni pamoja na "Common Code for Coffee (CCCE)" au Kanuni ya Msingi ya Kahawa. Nestlé, kama mwanzilishi, ilikuwa ni mshiriki muhimu katika mipango hii. Hata hivyo, changamoto kuu ilikuwa ni kuifanya hii miongozo ya kimataifa kuweza kutumika katika mazingira ya Ufilipino.

Maono yetu yalikuwa wazi kabisa—kutengeneza jukwaa ambalo litawawezesha wadau katika sekta hii kushirikiana kuchukua miongozo ya kimataifa ya SAI na kuitafsiri kwa namna ambayo itahakikisha kwamba inafanya kazi katika mazingira na changamoto tofauti wanazokutana nazo wakulima wa kahawa nchini Ufilipino.

Wito ulitolewa kwa wadau wakubwa katika sekta ya kahawa ndani ya nchi. Na wadau wengine wa karibu katika maeneo kadhaa—kuanzia wakulima na wataalaamu wa kilimo mpaka wachakataji na wasambazaji—wote walikutana wakiwa na lengo moja. Katika vikao vya mwanzoni, kila mmoja alitoa mawazo yake kuhusu namna tunavyoweza kuitafsiri miongozo ya kimataifa kutumika nchini kwa ufanisi zaidi.

Tulipozidi kuzama katika majadiliano, ilikuwa wazi zaidi na zaidi kwamba mchakato wa kutafsiri miongozo hiyo ulihitaji uelewa mkubwa wa changamoto kedekede zinazowakabili wakulima wetu. Mandhari nzuri ya Ufilipino, japokuwa ilikuwa na taswira nzuri, lakini bado sekta hiyo ilikuwa ikitaabika kutokana na masuala kama mabadiliko ya bei katika soko la dunia, mazoea ya kilimo cha asili, na madhara ya mabadiliko ya hali ya hewa.

Safari hii ya kuitafsiri miongozo ya SAI ili kutumika nchini haikuwa nyepesi isiyo na vikwazo. Ilihitaji kuchukua miongozo iliyowekwa kufuatwa dunia nzima na kuitafsiri kwa umakini kwa namna nyingine ili iweze kutatua mahitaji maalumu ya wakulima wa kahawa wa Ufilipino. Kuna wakati majadiliano yalikuwa ni makali, jambo lililoonyesha kwamba kila mshiriki alikuwa na upendo mkubwa kwa jambo hili na alitaka kuchangia katika mpango huu.

Polepole, tulifikia maafikiano, na mfumo ukaanza kuchukua sura yake. Ukurasa uliobeba miongozo ya kufuatwa ndani haikuwa tu nakala ya miongozo ya kimataifa; ilikuwa ni miongozo yenye kubadilika, ambayo iliweza kubadilika kulingana na mazingira ya kilimo cha Ufilipino ambayo hubadilika mara kwa mara.

Mchakato wa kuichukua miongozo hii ilihusisha kuitafsiri na kuandika mipango inayotekelezeka. Hii ilimaanisha kuunda ramani ambayo inazingatia uhalisia wa mambo yanayofanyika mashambani—kuanzia aina ya kahawa inayolimwa mpaka changamoto wanazokabiliana nazo wakulima wakati wa kipindi cha mavuno.

Ili kuhakikisha kuna uendelevu katika mpango huu, tulilenga kuimarisha ushirikiano nje ya mipaka ya shirika letu. Tulialika

NGOs, taasisi za serikali, na hata taasisi za elimu kushiriki katika mazungumzo haya ili kupanua wigo wa matokeo yetu pamoja.

Hatimaye, miongozo ya SAI maalumu kwa kutumika ndani ya Ufilipuno ilikamilika rasmi. Ilikuwa ni jambo lililothibitisha wazi dhamira yetu katika sekta hii na dhamira yetu katika kufuata taratibu zilizo endelevu ilikuwa ni hatua muhimu sana katika safari yetu ya kuleta mabadiliko ya jumla katika biashara.

Athari za mwongozo huu wa ndani zilionekana hata nje ya mipaka yetu. Kutumika kwake ndani ya Ufilipuno lilikuwa ni jambo lililozungumziwa katika jamii za watu wa kahawa duniani kote, hii ilionyesha kwamba matumizi endelevu si nadharia inayoweza kutengeneza mpango mmoja tu wa kutumika na wote. Kupitia mpango huu, hatukufanikiwa tu kuongeza matumizi haya ndani ya nchi yetu, bali pia tulichangia katika mazungumzo yaliyokuwa yakiendelea duniani kuhusu umuhimu wa kurekebisha miongozo ya matumizi endelevu iweze kuendana na muktadha wa ndani katika maeneo mbalimbali.

Kadiri mikutano hiyo ilipofikia hitimisho, kulikuwa na hisia za mafanikio na umoja miongoni mwa washiriki. Mwongozo wa SAI wa kutumika ndani ya Ufilipuno ukawa ni ishara ya matumaini, ukaonyesha nguvu inayotokana na ushirikiano na uwezo wa kubadilika kulingana na hali tofauti ili kukuza kilimo endelevu na kubadilisha sekta nzima ya kahawa.

Katika mazingira ya teknolojia za dijitali yaliyokuwa yakibadilika kwa kasi mnamo mwaka 2006, tulichukua hatua ya kuonyesha kuwapo kwetu mtandaoni, tukatembelea mitandao kama vile Friendster na tulitambua uwezekano wa Facebook kuja kuwa kitu kikubwa hapo mwanzoni katika maeneo ya Asia. Kinara katika masuala ya Dijitali Jason Avanca, alikuwa na jukumu muhimu sana katika kuongeza mwonekano wetu mtandaoni, na hatimaye alijiunga katika timu ya Kimataifa ya Kuongeza Kasi yetu ya Dijitali.

Safari yangu nchini Ufilipino haikuwa safari ya biashara tu; ilikuwa ni simulizi ya mabadiliko chanya, kuinua jamii, na kuwashirikisha wengine maarifa. Mfumo wa Ubuntu na Polda hakika ulipata makazi mapya katika nchi hii, na kuthibitisha kuwa mbinu jumuishi zinaweza kuleta mabadiliko chanya ya kudumu katika biashara na jamii.

Vipengele vya Mfumo wa Ubuntu na Polda Vilivyotumika:

Uelewa wa Tamaduni na Uwezo wa Kubadilika na Mazingira:
Simulizi hiyo inaweka msisitizo katika umuhimu wa kuelewa muktadha maalumu wa kiutamaduni na kiuchumi wa nchi ya Ufilipuno. Hii inaendana kabisa na kanuni katika Mfumo wa Ubuntu na Polda ambayo inahimiza kukubali utofauti na kubadilika ili kuendana na mazingira tofauti.

Mnyororo wa Thamani Uliojunganika na Kupanuliwa:
Safari hii ilihusisha kujitolea kuelewa mitazamo ya watu ambao wako mashambani, hasa wakulima wa kahawa. Uzoefu huu wa kushiriki katika kazi zao unaonyesha msisitizo uliowekwa kwenye Mfumo wa Ubuntu na Polda kuhusu muunganiko na kutambua mnyororo wa thamani mbali na mipaka ya biashara za kawaida tu.

Mtazamo wa Matumizi Endelevu na ya Mzunguko:
Mabadiliko haya yanakwenda mbali zaidi ya kuongeza faida tu; yamejikita katika kutekeleza mtazamo wa matumizi endelevu, na ya mzunguko katika biashara. Hii inafanana na kanuni za msingi za Mfumo wa Ubuntu na Polda za kufungamanisha uendelevu katikati kabisa ya miongozo ya biashara.

Ushirikiano na Jamii na Kuiwezesha:
Sehemu hii inasisitiza mpango wa kuchukua timu ya wafanyakazi na kujichanganya na wakulima wa kahawa, na kuinua sekta ya kahawa ya ndani. Mbinu hii inaendana na

dhamira ya Mfumo wa Ubuntu na Polda ya kuongeza thamani
kwa wadau na kuleta mabadiliko chanya katika jamii.

Mafunzo ya Kielimu na Kushirikisha Maarifa kwa Wengine:
Msisitizo kuhusu kozi za mafunzo, usambazaji wa maarifa, na
kozi ya mafunzo ya Kahawa 101 kwa pamoja vinaonyesha
dhamira ya Mfumo wa Ubuntu na Polda katika elimu na
kushiriki maarifa na wengine kwa manufaa ya wadau wote.

Utunzaji wa Mazingira:
Ukuzaji wa mbinu endelevu katika kilimo cha kahawa, kama
vile kilimo cha mazao tofauti pamoja, upunguzaji wa matawi, na
urutubishaji asilia, vyote vinaendana na msisitizo uliowekwa na
Mfumo wa Ubuntu na Polda katika kutunza mazingira na
kufanya biashara kwa taratibu zenye uwajibikaji.

Uongozi wa Sekta na Ushirikiano:
Kwa kutambua wajibu wao kama viongozi wa sekta, kuchukua
hatua ya kutengeneza Mpango wa Kilimo Endelevu, (SAI)
inaonyesha kanuni ya Mfumo wa Ubuntu na Polda ya
kushirikiana na kuelewa kuwa jamii duniani zimeunganika
pamoja.

Kusherehekea Mafanikio na Matokeo Chanya:
Kusherehekea miaka 70 ya shirika la Nescafé pamoja na
kuchapisha kitabu vinaonyesha kuwa Mfumo wa Ubuntu na
Polda unatambua hatua zilizopigwa na mafanikio yaliy-
opatikana na kuvitumia kama fursa ya kusambaza ujumbe
chanya katika sekta ya kahawa ya ndani.

Uvumbuzi wa Dijitali na Kubadilika Kuendana na Mabadiliko:
Uamuzi wa kimkakati wa kuchunguza majukwaa mapya, ikiwa
ni pamoja na Facebook, inaonyesha asili ya mfumo wa Ubuntu
na Polda ya kubadilika kuendana na mazingira na namna
unavyotambua umuhimu wa kuwa mstari wa mbele katika
uvumbuzi wa dijitali.

Uswisi: Kusimamia Changamoto za Kidunia

Safari yangu ya kazi kisha ilinipeleka Uswisi, nchi inayojulikana kwa mandhari yake nzuri. Wakati nilipokuwa nikipanda treni kutoka Geneva kwenda Vevey niliona mandhari nzuri ya kuvutia, maziwa yenye maji ya bluu, milima ya Alps iliyokuwa na theluji vileleni, na mashamba ya mizabibu milimani. Hata hivyo, mawazo yangu sasa yalihama na niliweka malengo ya kusimamia shirika katika ofisi za makao makuu ya dunia ya Nestlé.

Niliteuliwa kusimamia Masoko Yaliyoendelea katika Biashara ya Kahawa (SBU), ambapo niliikabili changamoto hiyo mpya ya kuendesha shirika kubwa kidunia. Katika kazi hiyo, nilikabiliana na changamoto ya kusukuma ajenda ya pamoja ili kuleta mabadiliko katika masoko mbalimbali. Kazi hiyo ilinionyesha changamoto zilizopo katika kuendesha shirika kubwa kidunia, na kuonyesha umuhimu wa kuwa na mawasiliano thabiti kama chapa.

Nilipokuwa Kiongozi wa Kitengo cha Mawasiliano, niliongoza mchakato wa kuboresha mwongozo wetu wa kufanya mawasiliano ya chapa, lengo likiwa ni kuiwasilisha chapa yetu kwa namna nzuri zaidi duniani kote. Hata hivyo, mabadiliko ya uongozi katika shirika yalileta kiongozi mpya katika kitengo cha SBU, aliyejulikana zaidi kwa viwango vyake vya juu. Utekelezaji wa mpango wetu mpya uliokuwa na mwonekano mpya ulisimamishwa, licha ya kwamba tuliona matokeo chanya baada ya kujaribu mpango huo katika maeneo ya nchi mbalimbali. Suala hili lilinionyesha changamoto zinazoweza kujitokeza katika kuongoza shirika kunapokuwa na mabadiliko ya uongozi. Wakati huo huo nikiendelea kujaribu kutekeleza mkakati wa kutengeneza mwongozo wa kuunganisha chapa yetu pamoja.

Wakati wa kipekee ulijitokeza nilipofanya ziara nchini Japan, ambapo mapendekezo yangu ya kufanya mabadiliko katika chapa yalikutana na upinzani kutoka kwa kiongozi mkuu mpya wa kitengo cha SBU. Ingawa nilikuwa napendekeza watu kushirikiana, hili lilinipa taabu sana. Lakini jambo hili lilionyesha umuhimu wa kuweka mazingira ambayo ni huru na yenye uwazi, ili kuweza kuchochea uvumbuzi na mazungumzo ya kujenga.

Japokuwa Uswisi kulinipa changamoto zake, nilipata mafanikio makubwa sana katika nafasi hiyo, ikiwa ni pamoja na kuzindua mpango wa Nescafé na miradi ya Kahawa & Afya. Nilijenga ushirikiano na kufanya uzinduzi wa 3 in 1 barani Ulaya na kisha kutengeneza kitabu cha kusherehekea miaka 75 ya Nescafé. Yote haya yaliongeza kurasa za kipekee katika safari yangu nzima.

Licha ya mafanikio hayo, bado nilikuwa na kiu ya kurudi katika masoko ya nchi zilizokuwa zikiendelea. Nililiweka hili wazi kwa uongozi wa Nestlé, na nilipata nafasi ya kuwa Mkurugenzi Mtendaji wa Kanda ya Afrika maeneo ya Tropiki, na hii ilionyesha dhamira yangu katika kuleta mabadiliko chanya kwenye masoko ya nchi zinazoendelea.

Muda Nilipokuwa Afrika ya Kati: Kuboresha Usalama Barabarani na Kukabiliana na Malaria Nchini Cameroon

Wakati wangu nilipokuwa Afrika ya Kati, mjini Cameroon, palikuwa ni uwanja mpya wa kuweza kuonyesha matokeo ya mabadiliko yanayotokana na mfumo huu wa Ubuntu na Polda katika maeneo ya usalama barabarani na katika kuchangia juhudi za kuzuia ugonjwa wa Malaria. Miradi ya "Safe Way, Right Way" na "Anti-Malaria" ilitumika kama mwanga uliomu-lika njia ambazo biashara inaweza kuzipitia ili kusababisha mabadiliko kwa jumla, na si mabadiliko ndani ya mipaka ya shirika tu bali pia kuweza kugusa maisha ya jamii kwa jumla.

Ulikuwa ni wakati mwanana sana kwangu na kwa familia yangu kuishi Cameroon, hali ya hapo ilikuwa ni tofauti na fikra zangu za hapo awali nilizokuwa nazo juu yake, hapakuwa na ukame mkali bali palikuwa na mandhari ya kijani kibichi huku mvua zikinyesha mwaka mzima. Nilianza safari ya kipekee ya urefu wa Kilomita 1000, ilikatisha Kusini kulikokuwa na mand-

94

hari ya kitropiki hadi Kaskazini kulikokuwa na mandhari ya ukavu wa jangwa. Tulipoendelea kukatiza katika maeneo mbalimbali, Ufalme wa Bafut ulinikaribisha kwa heshima kubwa na kunivisha taji la Mwana wa Mfalme, hili likiwa ni moja ya lengo la kampuni yetu, kujenga uhusiano mzuri na jamii.

Niliwajibika kusimamia vituo kadhaa katika ukanda huu wa Tropiki, ambapo kulikuwa na vituo katika nchi ya Cameroon na katika nchi za jirani, na vingi viliendesha shughuli zake kwa kujitegemea huku vikiwa na muungano kidogo sana. Niliamua kuongeza nguvu ili kuleta umoja katika utengano huu, tulianza safari ya mabadiliko ili kuunganisha shughuli hizi kwa kupitia kauli mbiu iliyosema "On est Ensemble" – "tuko pamoja/sisi ni wamoja." Tulifanikiwa kushinda vizuizi vya kuwa na lugha tofauti, makabila tofauti, na changamoto za kiuchumi, maelewano yalijengwa, na kuwezesha kupata mafanikio makubwa katika maendeleo si kwenye tasnia ya biashara tu bali kijamii pia.

Moja ya mambo makubwa tuliyofanya ni kuanzisha Mpango wa "Safe Way, Right Way", ambao ulikuwa ni mpango wa pamoja uliolenga kutatua tatizo kubwa la usalama barabarani eneo hilo. Kwa pamoja na kampuni za Total, Brasseries du Cameroun, na wadau wengine, sote tulitambua haja ya kuboresha usalama barabarani kwa pamoja.

Mpango wa "Safe Way, Right Way" ulikuwa ni mfano wa kanuni zinazoonekana katika Mfumo wa Ubuntu na Polda, ulipata nguvu kutokana na kushirikiana, ulikuwa ni mpango uliowazingatia wanajamii, na mpango uliopatikana kwa sote kuchukua wajibu wetu. Katika bara na mahali ambapo usalama wa barabarani ni jambo la msingi, mpango huu ulionyesha nguvu inayopatikana pale biashara mbalimbali zinapounganisha nguvu ili kutatua tatizo katika jamii.

Takwimu za usalama barabarani kwa Afrika zinatisha, zimejaa vifo vingi na majeruhi wa barabarani kila siku, mradi huu wa "Safe Way, Right Way" ulichukua hatua za mwanzo kutatua hili.

Duniani, watu milioni 1.3 wanakufa barabarani kila mwaka, huku asilimia 20 ya ajali hizo zote zikitokea barani Afrika japokuwa wana asilimia 2 tu ya idadi ya magari yaliyopo duniani. Nchini Cameroon, mahali ambapo ajali za barabarani zinasababisha vifo vingi zaidi, mpango huu ulilenga kuleta mabadiliko makubwa.

Kanuni kutoka katika Mfumo wa Ubuntu na Polda zilikuwa zimesukwa ndani ya mpango huu:

Ushirikiano na Uunganishaji: Misingi ya mpango wa "Safe Way, Right Way" ilijengwa juu ya ushirikiano. Iliunganisha mashirika na wadau mbalimbali katika juhudi zilizoweka ushindani wa kutatua tatizo hili. Kampuni yetu ilijihusisha kwa ukamilifu katika kutatua suala la usalama barabarani, ikitambua kwamba kwa pamoja tuna jukumu la kuhakikisha ustawi wa wafanyakazi na jamii yetu.

Mtazamo Unaozingatia-Jamii: Kwa kufuata kanuni za Mfumo wa Ubuntu na Polda, shirika liliweka kipaumbele katika maendeleo ya jamii kwa kuchangia moja kwa moja kwenye ustawi na usalama wa jamii za eneo hilo. Athari kubwa za usalama wa barabarani si kwa wafanyakazi tu bali pia kwa jumuiya nzima na kustahili juhudi kubwa katika kuboresha eneo hilo.

Uwajibikaji wa Pamoja: Kwa kutambua kuwa sote tunawajibika katika kuhakikisha usalama wa barabarani, Nestlé, kama shirika lenye uwajibikaji, iliungana na wadau wengine katika sekta. Mpango huo ulitambua uhusiano uliopo kati ya usalama wa barabarani na masuala kadha wa kadha katika biashara kama vile wafanyakazi kutokufika kazini, uzalishaji, na sura ya chapa yetu.

Mpango wa Kupambana na Malaria (Anti-Malaria): Katika shughuli zetu, sababu kuu ya wafanyakazi kutokufika kazini ilikuwa ni ugonjwa wa malaria. Ingawa hakuna chanjo ya kuzuia ugonjwa wa malaria, ni rahisi kuepuka hali zina-zowaweka watu katika hatari ya kung'atwa na mbu anayeneza vijidudu vinavyosababisha malaria. Mnamo mwaka 2013, kampeni ya Anti-Malaria ilizinduliwa, ambapo kulikuwa na orodha ya mambo ambayo wafanyakazi walitakiwa kuyafuata na kuyatekeleza ili kuwasaidia kujilinda na kuwajibika kwa pamoja. Wafanyakazi walioshiriki ambao walifuata mambo yote katika orodha hiyo walipewa zawadi mbalimbali kama vile dawa za kufukuza mbu pamoja na vyandarua. Kwa kutumia njia hii si kwamba ilipunguza idadi ya wafanyakazi wanaoshindwa kufika kazini tu, bali pia ilizigeuza familia za wafanyakazi walioshiriki kuwa mfano wa kuigwa, na hivyo kuhamasisha majirani zake kuchukua hatua za kujikinga pia.

Mpango wa "Safe Way, Right Way" pamoja na kampeni ya Kupambana na Malaria kwa pamoja zilionyesha mfano katika kujitolea kuleta athari chanya kwenye jamii za Cameroon na kwingineko. Mfumo wa Ubuntu na Polda ulionekana wazi katika kipindi hicho cha kufanya mabadiliko, ulionyesha nguvu kubwa ya ushawishi inayopatikana kutokana na ushirikiano, mtazamo wa kuiweka jamii katikati ya shughuli zako, na uwajibikaji wa pamoja katika kutatua changamoto mbalimbali za jamii. Muda wa kukaa Cameroon ulipokwisha, ukurasa mwingine ulikuwa mbele yangu na familia yangu kama Mkurugenzi Mtendaji wa Nestlé Pakistani, na huo ulikuwa mwendelezo wa safari yangu ya kikazi ambayo ilikuwa ikisukumwa na malengo yangu.

Muda Nilipokuwa Nchini Pakistani – Kuimarisha Jamii za Vijijini - Miradi ya Vijiji vya Ndani

Nilifika nchini Pakistani, ambapo mimi na familia yangu tulianza safari mpya ya mabadiliko, na kuona matokeo makubwa katika jamii za vijiji vya ndani kabisa kutokana na Mfumo wa Ubuntu na Polda. Katika kiini cha sehemu hii ya hadithi yangu, kuna Mpango wa Vijiji vya Ndani, kielelezo cha wazi kinachoonyesha maendeleo endelevu yanayoweza kupatikana kutokana na mfumo huu pamoja na uwezo wake wa kubadilika kuendana na mazingira ya kijamii na kiuchumi.

Dhamira yetu katika kuleta matokeo chanya kwenye maisha ya watu waliokuwa wakiishi maeneo ya ndani ya vijiji vya Pakistani ilisababisha kuanzishwa kwa mradi wa "Deep Rural". Changamoto kubwa iliyojitokeza mara kwa mara ni gharama kubwa ya kufikia maeneo hayo, jambo hili lilihitaji suluhisho la kiubunifu. Kwa kutumia mtandao wetu ambao ulikuwapo tayari wa kukusanya maziwa, ambapo watu wetu walitembelea vijiji hivi mara kwa mara kukusanya maziwa, tuligeuza safari hizi kuwa fursa ya kusambaza bidhaa. Tulitambua kwamba vyombo vya maziwa tayari vilikuwa vikienda vijijini kukusanya maziwa, hivyo basi badala ya kwenda mikono mitupu na kurudi na maziwa, tulitengeneza sanduku kwenye malori ili kuweka bidhaa muhimu ndani yake na kuzipeleka katika vituo vyetu vya kukusanyia maziwa.

Mawakala wetu wa kukusanya maziwa, wakiwa wameshapewa mafunzo katika uendeshaji wa shughuli mbalimbali za kwenye maghala, wakiwa na ujuzi wa bidhaa, na mauzo, walitumia muda uliokuwapo wakati wakikusanya maziwa kusambaza bidhaa zetu kwenye maduka ya vijijini. Wakati huo huo, tuli-wawezesha wanawake wasiokuwa na ajira katika maeneo haya kwa kuwapa mafunzo maalumu kuhusu lishe, usafi, na maarifa ya bidhaa mbalimbali. Wanawake hawa walibadilika na kuwa mawakala wetu wa mabadiliko, wakifanya mikutano ya kusam-baza taarifa kwa wake wanaoshinda nyumbani na kutoa sampuli za bidhaa pia. Kufanya matukio kadhaa vijijini kwa ajili na kutoa sampuli za bidhaa zetu kuliimarisha zaidi chapa yetu maeneo hayo. Kupitia mradi huu, tulifanikiwa kuziba pengo hilo huku tukiwatambulisha watu kufahamu bidhaa zetu za bei nafuu na zenye kujenga afya.

Katika maeneo ya katikati ya mjini na vijijini, tulianzisha mpango mwingine sambamba na wa kwanza ili kuchochea fursa za ajira na kuongeza usambazaji wa bidhaa zetu. Tukishirikiana na Programu ya Msaada wa Kipato ya Benazir (BISP), ambayo ilikuwa ni programu ya serikali kuwawezesha wanawake kupitia misaada ya kifedha, tuliwabainisha wanawake waliokuwa tayari kujishughulisha na ajira.

Mafunzo ya kina kuhusu lishe, usafi, mbinu za kuuza, na ufahamu wa bidhaa vilifungua milango mingi kwa wanawake hawa ambao walikopeshwa bidhaa bila riba yoyote na Nestlé. Kupitia juhudi zao wenyewe, walifanikiwa kurejesha mikopo yao na pia kujenga biashara endelevu, jambo lililowapa heshima mpya katika jamii zao.

Tulishirikiana na Akhuwat Pakistani, programu kubwa ya kutoa mikopo isiyo na riba, na kupanua utoaji wa mikopo midogo midogo kwa wanawake wanaotamani kukuza biashara zao. Zaidi ya wanawake 2,000 waliokuwa vijijini walijitosa katika biashara za kuuza bidhaa za rejareja, wakapiga hatua kubwa katika kujiwezesha kiuchumi na kuwa sehemu ya ujumuishwaji wa kifedha nchini humo.

Nilipokuwa Mkurugenzi Mtendaji nchini Pakistani, mimi na familia yangu tuliikubali nchi hiyo kwa moyo mkunjufu, tulitembelea maeneo mbalimbali na kujichanganya katika utamaduni wake mwingi. Licha ya kuwapo na taratibu za kiusalama, nilisafiri katika kila jimbo, nikiungana na timu za wafanyakazi na wasambazaji wetu katika kutembelea maeneo mbalimbali kujaribu kuelewa changamoto zao, na kuwahama-sisha watu.

Siku za wikiendi zilitupa fursa ya kutembelea zaidi mji wa kale wa Lahore, barabara zake nyembamba hazikuwahi kuishiwa na watu katika harakati za hapa na pale, kulikuwa na rangi za kila aina, na vyakula vya kila ladha. Tulitembelea misikiti na maeneo ya kuogea na kisha kukamilisha siku katika mgahawa uliokuwa juu ya dari ukitazama msikiti wa Badshahi, kila sehemu tuliyopita ilikuwa imejaa utajiri wa utamaduni wa Pakistani.

Likizo zetu mjini Hunza, katika milima ya Himalayas, zili-tuwezesha kujionea mazingira ya kuvutia, kula chakula cha kipekee, na utamaduni wa kuvutia. Kuvutiwa kwangu kwa utamaduni wa eneo hili, chakula, na watu wake kuliniwezesha kuunganisha nchi tofauti na kushiriki mambo mbalimbali kwenye Facebook kuhusu sehemu hii ambayo haieleweki vizuri na watu wengi.

Wakati wa uongozi wangu nikiwa Mkurugenzi Mtendaji, tulianzisha miradi kadhaa ya kuleta mabadiliko, kama vile mradi wa kutotumia karatasi na kutotumia pesa taslimu katika mnyororo wa thamani. Baada ya kugundua changamoto zili-zokuwapo katika kulipa kwenye vituo vya kukusanya maziwa, tulishirikiana na TELENOR kuanzisha mfumo wa malipo ya simu. Hii si kwamba ilirahisisha utendaji kazi tu lakini pia ilibadilisha maisha ya wakulima hao ambao wengi wao walikuwa hawajui kusoma na kuandika, kwa sababu mfumo huu uliwawezesha kupata kumbukumbu ya mauzo yao ya kila siku bali pia uliwawezesha kupata mikopo kwa njia ya simu. Tulilazimika kuishawishi Benki Kuu, ambayo ilihitaji kupitisha baadhi ya sheria mpya ili kufungua njia kwa ajili ya mfumo wetu kufanya kazi, hii ilikuwa ni hali iliyofaidisha wahusika wa pande zote. Tuliondoa taratibu ngumu katika uongozi wetu, kampuni ya simu ilifungua chanzo kipya cha mapato kwa kuongeza thamani, na jambo lililonifurahisha zaidi ni namna maisha ya wakulima wetu yalivyobadilika. Wengi wao walikuwa hawajui kusoma na kuandika na walikuwa wakiishi umbali mrefu kutoka benki iliyo karibu nao.

Kutokana na sababu hizo, wengi wao hawakuwa na akaunti za benki na walipohitaji pesa, kwa mfano pesa ya kugharimia harusi ya mtoto, hawakuwa na njia yoyote nyingine tofauti na kwenda kwa wakopeshaji wa maeneo yao, ambao kawaida wali-toza riba kubwa sana. Wakulima wengi walikuwa na mikopo ambayo iliwachukua miaka kuilipa. Jambo hili lilibadilika pia, kwani baada ya kuanzisha mfumo huu wa malipo ya simu, sasa walikuwa na kumbukumbu ya mapato yao ya kila siku ambayo wangeweza kuitumia kama ushahidi wa kuwa na chanzo cha kuaminika cha pesa. Hii iliwawezesha kujenga sifa yao ya kupokea mkopo na kujiweka katika nafasi ya kuomba mkopo kwa njia ya simu mtandaoni, wakiwa nyumbani kwao, kwa viwango vya riba vya kawaidas.

Mradi huu wa Vijiji vya Ndani na miradi mingine ya ujenzi wa jamii hii ilikuwa ni sehemu ya ahadi ambayo Nestlé waliitoa ya kuwa shirika lenye kuwajibika. Miradi ya kuhifadhi maji ikiwa ni pamoja na kupokea cheti cha uthibitisho kutoka WWF na kushirikiana na wakulima katika kilimo sahihi, vyote hivi vilionyesha dhamira yetu katika kujitoa kutatua changamoto zinazoikabili dunia.

Ahadi yetu ya kujihusisha na miradi endelevu ilijumuisha pia uhifadhi wa maji, moja ya mradi wa kipekee ulikuwa ni utekelezaji wa Alliance for Water Stewardship (AWS) "Muungano wa Usimamizi wa Maji" katika shughuli zake duniani kote. Lengo la mpango huu lilikuwa ni kuboresha ufanisi wa matumizi ya maji, kupunguza matumizi, na kuchangia katika matumizi yenye tija ya rasilimali hii adimu na muhimu.

Nestlé imekuwa mstari wa mbele katika kuhakikisha uendelevu wa mazingira, cheti cha uthibitisho cha AWS, kilichopatikana kwa ushirikiano na Shirika la Wanyamapori Duniani (WWF), ni ushahidi wa dhamira hii. Kufikia viwango vya AWS kampuni ni lazima ifanyiwe tathmini ya kina katika matumizi yake ya maji katika shughuli za kampuni. Si kwamba wanachunguza matu-mizi ya ndani ya maji tu lakini pia wanaangalia ushawishi wa nje wa kampuni, kama vile athari za kampuni kwa jamii na maeneo ya kujisafishia. Nestlé Pakistani ilikuwa ni kituo cha kwanza cha Nestlé duniani kufanikiwa kupata cheti cha AWS.

Cheti cha AWS kinaangalia mbali zaidi ya matumizi ya kawaida tu ya maji. Wanaangalia mzunguko mzima wa maji, kuanzia yanavyopatikana katika chanzo mpaka yanapotolewa kumwagwa, huku wakizingatia mchango katika jamii, kiuchumi na katika mazingira unaopatikana kwa matumizi hayo ya maji. Ushiriki wa Nestlé kwenye programu hii kunaonyesha mtazamo wake katika kuhifadhi maji kwa jumla na ni jambo linalofanana na kanuni za Mfumo wa Ubuntu na Polda.

Ili kupatiwa cheti cha AWS, kampuni yetu iliwekeza katika teknolojia mbalimbali za kuokoa maji pamoja na kuweka taratibu kadhaa katika viwanda vyake. Baadhi ya teknolojia hizo ni:

1. Teknolojia za Urejeshaji na Urejelezaji wa Maji:

- Ufungaji wa teknolojia za hali ya juu za urejeshaji, matibabu, na kurejelezaji wa maji katika viwanda.
- Teknolojia hizi zinawezesha kutumia tena maji na kuyarejeleza kutoka katika shughuli za uzalishaji wa maziwa, hivyo kutoa mchango chanya katika juhudi za uhifadhi wa maji.

2. Kilimo Sahihi na Umwagiliaji wa Matone:

- Kushirikiana na wakulima kukuza kilimo sahihi na kusukuma matumizi ya umwagiliaji wa matone.
- Kilimo sahihi kinahusisha matumizi ya teknolojia ili kuongeza mavuno huku ukipunguza matumizi ya maji, na kuchangia katika kilimo endelevu.

3. Ushirikiano na Jamii na Elimu:

- Kushirikiana na jamii ya eneo hilo katika kuongeza ufahamu wa kuhifadhi maji.
- Kuzindua programu za elimu ili kukuza uwajibikaji katika matumizi ya maji na kuziwezesha jamii kushiriki katika uhifadhi wa maji.

Kwa kufanikiwa kupata cheti cha uthibitisho cha AWS, Nestlé imeonyesha dhamira yake si katika kujitolea kwenye masuala ya usimamizi wa maji ndani ya shughuli zake tu lakini pia inaonyesha jinsi walivyotambua kwamba maji ni rasilimali yetu sote na inategemewa na mazingira na jamii zetu kwa jumla. Mpango huu unaendana kabisa na Mfumo wa Ubuntu na Polda unaoweka msisitizo katika kushirikiana, kuwa na mtazamo unaozingatia jamii inayohusika, na kuwajibika pamoja.

Kupata cheti cha uthibitisho cha AWS si suala la mara moja tu bali ni suala endelevu katika juhudi zetu za kuongeza uboreshaji. Kampuni ni lazima iendelee kuwajibika katika uboreshaji wa shughuli zake, huku ikitafuta teknolojia zingine za ubunifu, na kushiriki katika juhudi zinazoendelea duniani za kukabiliana na changamoto ya upungufu wa maji na kuendelea kushawishi matumizi endelevu ya maji.

Kwa ufupi, mpango wa kuhifadhi maji wa AWS unaonyesha kwa ukamilifu kuwapo kwa mtazamo wa ushirikiano katika usimamizi wa maji, hii inaendana na kanuni za Mfumo wa Ubuntu na Polda katika kuchangia matokeo chanya kwenye mazingira na katika jamii.

Vipengele vya Mfumo wa Ubuntu na Polda Vilivyotumika:

Ushirikishaji na Uwezeshaji: Mradi wa Maeneo ya Ndani Vijijini ulikuwa ni taswira ya Mfumo wa Ubuntu na Polda, ukionyesha umuhimu wa ushirikishaji na uwezeshaji. Kwa kutoa mafunzo na fursa kwa wanawake wa maeneo ya kijijini, Nestlé ilionyesha wazi juhudi zake za ujumuishaji wa kiuchumi, na hivyo kutatua haja muhimu ya jamii.

Juhudi za Kuwa na Ushirikiano: Kushirikiana na programu za serikali kama vile BISP na Akhuwat Pakitani kunaendana na miongozo ya Mfumo wa Ubuntu na Polda inayosisitiza kuwa na ushirikiano. Kama moja ya mashirika yanayowajibika, tuliungana pamoja kuwawezesha wanawake wanaoishi maeneo ya ndani vijijini.

Mtazamo Unaozingatia Jamii: Mfumo wa Ubuntu na Polda unaweka msisitizo mkubwa katika kuleta maendeleo kwenye jamii, mpango uliolenga watu wanaoishi Vijiji vya Ndani umechangia moja kwa moja katika kuboresha jamii za watu wa vijijini kwa kutoa fursa za ajira na kuboresha upatikanaji wa bidhaa za lishe. Mradi wa Nestlé wa kufikia Vijiji vya Ndani ulionyesha nguvu ya ushirikiano, ushirikishi wa watu, na mitazamo inayozingatia zaidi jamii katika kuleta matokeo chanya maeneo ya ndani katika vijiji vya Pakistani. Mradi huu wa mabadiliko unaendana kabisa na kanuni za Mfumo wa Ubuntu na Polda, kuleta mabadiliko makubwa katika maisha ya wanawake na jamii zinazowazunguka, huku pia tukiwawezesha kiuchumi na kuwajumuisha kifedha.

Safari yangu nchini Pakistani haikuwa tu safari ya mafanikio katika kazi yangu, bali pia ilikuwa ni safari ya kuchunguza uzuri wa nchi hiyo, kujenga uhusiano, na kuleta mabadiliko chanya katika jamii za watu zilizopo vijiji vya ndani. Wakati changamoto mpya ilipokuwa ikinijia—mradi uliounganisha Afrika Mashariki na Afrika Kusini—nilikabiliana nayo kwa ujasiri ule ule na shauku kama ilivyokuwa kwa kazi ya Pakistani. Mfumo wa Ubuntu na Polda bado uliendelea kunion-goza kwa namna ninavyoongoza, uliendelea kunijengea imani kwamba mafanikio chanya yanaweza kupatikana kwa kuongeza juhudi za ushirikiano na kuwa na mtazamo unaozingatia jamii zaidi.

Muda nilipokuwa Afrika Mashariki na Kusini

Kipengele hiki kitazungumzia maisha niliyoyapitia nilipokuwa Afrika Mashariki na Kusini. Kitaunganisha pamoja miradi mbal-imbali, na kuonyesha uwezo wa Mfumo huu wa kubadilika na mazingira na ufanisi wake katika miji tofauti. Kutoka katika miji mikubwa iliyoendelea hadi maeneo ya vijijini, Mfumo wa Ubuntu na Polda bado unajidhihirisha kwa uwezo wake wa kuleta matokeo na mabadiliko.

Sehemu hizi kwa pamoja zinaonyesha taswira halisi ya Mfumo wa Ubuntu na Polda ukifanya kazi, na kutoa mifano inayoonekana ya namna mfumo unavyotoka kuwa nadharia na kuwa kitu halisi kinacholeta mabadiliko chanya katika maeneo mbalimbali duniani.

Mara nyingi Afrika huwa inachukuliwa kuwa kama sehemu moja tu kubwa iliyoungana, lakini kuna tafauti kubwa na ya kushangaza kati ya eneo moja na lingine. Kuanzia pembe ya chini ya Afrika Kusini mpaka Afrika Mashariki, kuna tafauti kubwa ya mandhari, utamaduni, na hata vyakula. Ni mahali ambapo kila wikiendi na kila sikukuu basi kuna fursa ya kuwa na wakati wa kusisimua, kama utapenda kwenda safari, kupanda mlima, kutembelea maeneo ya kihistoria, au kutembelea moja ya maeneo ya urembo au mgahawa.

Katika kazi yangu, nilichukua jukumu jipya la kuongoza Ukanda unaochipuka wa Afrika Mashariki na Ukanda wa Afrika Kusini. Safari hii ilikuwa ni zaidi ya mabadiliko ya kiofisi tu; ilinilazimu kuzama na kuchunguza kwa undani miji hii iliyobadilika kwa kasi.

Mtazamo Sahihi na Kupata Ushawishi: Kufungua Uwezo wa ESAR

Mara moja tulianza kujenga misingi ambayo ingeiwezesha kampuni kuachilia uwezo wake wote katika ESAR. Mnamo mwaka 2018, tulianzisha timu ya Mpito ya ESAR ili kuhakikisha kwamba mchakato wa mpito na kuhama hauingiliani na kuathiri uhusiano uliokuwapo na wateja na walaji. Tangu mwanzo, mtazamo wetu mkuu ulikuwa ni kuunganisha kila mtu katika ESAR katika fursa hii.

Safari yetu ilihusisha kuunda mwongozo mpya kwa pamoja wa kutusaidia kusonga mbele na kujenga Kanda yetu kulingana na Ndoto tulizokuwa nazo, tukiwaweka watu katikati kabisa, huku tukiunda Timu Moja imara ya wafanyakazi wenye lengo moja na mshikamano. Nusu ya pili ya mwaka wa 2018 ilitumika kuimarisha mipango yetu ya ESAR, kufafanua maono yetu ya kujenga Kanda hii iliyokuwa kwenye Ndoto zetu kwa undani zaidi, na kubainisha matendo yanayohitajika kufanyika ili kufikia malengo yetu.

Changamoto nyingine kubwa ilikuwa ni kuilinganisha Afrika Kusini kwa jina lingine "kaka mkubwa," na "nchi zingine ndogondogo." Mara nyingi nilikuwa nikikumbuka msemo huu wa Kiholanzi: "wie het kleine niet eert, is het grote niet weerd," ambao unamaanisha wale ambao hawathamini vidogo basi hawastahili vikubwa. Historia ya kipekee ya Afrika Kusini, pamoja na ubaguzi wa rangi uliotokea, vimesababisha tofauti za kiuchumi, katika muundo wa malipo ya ajira, na mifumo ya biashara ukilinganisha na nchi zingine za ESAR.

Kipindi cha nyuma, changamoto za usafirishaji na kuwapo kwa nchi kumi ambazo hazikuwa zikipakana na bahari katika ESAR vyote vilichangia kusababisha gharama ya bidhaa kuwa kubwa kwa mtumiaji. Tulipata tulipataa taabu hapo awali kuhakikisha tunasambaza bidhaa za kutosha katika maeneo hayo. Baadaye tuligundua kwamba maeneo yetu yaliyokuwa katika vijiji vya Afrika Kusini yalikabiliwa na changamoto za miundombinu mibovu na matatizo ya kiutawala.

Changamoto hizi ndizo zilisababisha kuanzisha mkakati wa Bidhaa Zilizopendwa Zaidi "Popular Positioned Products" (PPP), ambapo tulihitajika kufikiria mipango ya muda mrefu na ya muda mfupi. Timu yangu pamoja na mimi tulianza haraka kujenga misingi ya kuwezesha ukuaji endelevu, na wenye faida katika maeneo haya.

Kukabiliana na Changamoto za Lishe

Tulipoangalia milo inayopatikana katika maeneo ya ESAR, tuligundua kuwapo kwa vyakula vya gharama nafuu lakini ambavyo havina lishe ya kutosha kwa jina lingine "vijaza tumbo." Chakula kikuu ni Pap, ambacho ni chakula kinachotokana na unga wa mahindi. Kinaweza kupikwa kama uji au kama ugali, mara nyingi kinaliwa pamoja na mchuzi.

Tafiti zimeonyesha kwamba wanga unatumika kwa asilimia 729 zaidi kuliko milo mingine yenye afya katika nchi za chini ya Jangwa la Sahara (SSA). Milo hii inasababisha kuwa na upungufu wa virutubisho vya afya, hasa kwa watoto wenye umri wa chini ya miaka mitano. Kwa bahati mbaya, watoto wanaoishi Kusini mwa Jangwa la Sahara wana uwezekano mara 14 zaidi wa kufariki kabla ya kufikisha miaka mitano ikilinganishwa na watoto wa umri huo wanaopatikana katika nchi zilizoendelea. Hali hii inaendelea kuonekana hata kwa watu wazima, huku kiwango kikubwa sana cha watu wenye uzito kupita kiasi na unene wa kupindukia kikionekana katika nchi kama Afrika Kusini.

Kwa ustawi wa afya za watu katika maeneo haya, ulihitajika mfumo wenye chakula chenye rutuba na endelevu, lakini chakula chenye afya kilikuwa hakipatikani kila mahali, kilikuwa na bei kubwa, au hakikuwa cha kuvutia. Lishe bora ndio suluhisho la utapiamlo, na Nestlé ilikuwa na jukumu la kufanya kufanikisha hilo. Japokuwa tulikuwa tukitoa milo zaidi ya milioni 15 kwa siku kupitia bidhaa zetu mbalimbali, lakini tuliamini kwamba tunaweza kufanya zaidi ya hapo. Hususan, Afrika Kusini ilikuwa imeanza kuchukua hatua za kutatua changamoto hizi za afya, ikiwa ni pamoja na kuweka kodi ya sukari mnamo mwaka 2019 na ukomo wa sodiamu mnamo mwaka 2021.

Katika muktadha wa Afrika Mashariki na Kusini kulikuwa na tofauti nyingi sana, changamoto, na fursa nyingi pia, umuhimu wa kuwa karibu na jamii inayohusika ulikuwa wazi mara moja akilini mwangu. Jamii hizi zilihitaji kuwa thabiti ili kuweza kujiendeleza wao wenyewe, badala ya kusubiri mpaka serikali kuu kuja kuwasaidia. Ufahamu huu uliweka misingi ya mpango wa RE2AL katika safari hii ya mabadiliko.

RE2AL: Kubadilisha Maisha na Biashara Kupitia Ubuntu

Kuanza mpango huu wa RE2AL (Realizing Empowered and Enabled African Livelihoods) nchini Afrika Kusini ilikuwa ni hatua muhimu sana katika safari yangu, nilishuhudia nguvu ya kufanya mabadiliko ya Mfumo wa Ubuntu na Polda.

Chimbuko la mpango wa RE2AL limetokana zaidi katika ushirika uliyokuwa mkubwa kupita malengo tu ya kawaida ya biashara. Nestlé ilijenga umoja na Makhoba Trust, ambayo ni jamii yenye historia iliyokabiliwa na matukio ya ubaguzi wa rangi, pamoja na Inyosi Empowerment. Ingawa jamii ya Makhoba ilichukua ardhi ya mababu zao, bado kulikuwa na haja kubwa ya—miundombinu, fursa, na mustakabali endelevu. Mfumo wa Ubuntu na Polda uligeuka na kuwa falsafa yetu ya kutuongoza, ambayo ilisisitiza ushirikiano, kuwa na uhusiano, na kujitolea kufanya maendeleo endelevu.

Jambo lililokuwa katikati kabisa ya mpango huo lilikuwa ni hamu ya kuwawezesha vijana na wanawake katika jamii ya Makhoba. Na tulifikiria kuwawezesha zaidi ya uwezeshaji wa kiuchumi tu; ilikuwa ni fursa ya kuwapa vijana uwezo wa kuamua kesho yao. Mafunzo ya ujasiriamali katika kilimo na mafunzo ya vitendo katika mashamba yanayozalisha maziwa yalitolewa, jambo ambalo linasisitizwa pia katika Mfumo wa Ubuntu na Polda ambalo ni kukuza ujuzi na kushirikisha jamii.

Ushirikiano kati ya Makhoba Trust, Nestlé, na Inyosi ulikuwa ni ushirikiano zaidi ya ule wa kibiashara tu—ulikuwa ni mfano hai wa Mfumo wa Ubuntu na Polda. Lengo letu lilikuwa si kutimiza malengo yetu ya kibiashara tu bali yalikuwa ni kuunda mfumo utakaostawi. Maono haya yalikuwa makubwa zaidi ya muktadha wa hapo ndani tu; tulilenga kuunganisha jamii ya Makhoba na ulimwengu mzima, na hivyo kukuza uhusiano endelevu.

Matokeo yake yalikuwa ni makubwa na yalionekana kwa namna nyingi. Makhoba Trust ilibadilika na kuwa zaidi ya wasambazaji wa maziwa tu; iligeuka na kuwa ishara ya matu-maini kwa jamii yao. Mradi huo ulikuwa na shule ya kulea watoto wadogo kwa ajili ya akina mama wafanyakazi, mradi wa ulimaji mboga, mafunzo ya ufundi, na shamba kubwa la uzalishaji na uuzaji wa maziwa. Ufuatiliaji wa matokeo yake, kuanzia utayarishaji wa bajeti mpaka kwenye mafunzo, kunaonyesha kanuni za Mfumo wa Ubuntu na Polda, katika kuongeza thamani, kuchochea ushirikiano, na kutambua uhusiano baina yetu duniani.

Katika harakati zetu za kuwa na matumizi endelevu, tulitekeleza miradi ya ubunifu. Kupitia utaalamu wa kitengo cha R&D cha Nestlé, tulifanikiwa kuugeuza mti wa Black wattle, ambao ni jamii ya mti vamizi katika eneo hili, kuwa moja ya vitu vinavyochanganywa katika chakula cha ng'ombe. Sawa na mpango wa moringa, kufanya hivi si kwamba ilisababisha kuwa na chakula chenye lishe bora kwa ngombe, tu lakini pia ilichangia katika kupunguza utoaji wa gesi ya methane. Miradi mingine ilihusisha kubadilishaa matumizi ya mbolea bandia na kuanza kutumia kinyesi cha kuku, pamoja na kuotesha nyasi za aina tofauti ili kuongeza ufanisi wa ardhi katika kubeba maji, na kufunga vifaa vya kuhisi maji kwa ajili ya kumwagilia kwa usahihi. Jitihada hizi zote zilichangia katika kubadilisha shamba hilo kuwa shamba la kuzalisha maziwa ambalo halina utoaji wa gesi ya kaboni kabisa (Net Zero Carbon), huku tukifanikiwa kuongeza maziwa yanayopatikana kwa kila ng'ombe.

Mpango wa RE2AL unabaki kuwa ushuhuda wa ufanisi wa Mfumo wa Ubuntu na Polda unaopatikana kupitia ushirikiano, matumizi endelevu, na uwezeshaji wa jamii. Huu ni mfano hai wa kutumika baadaye, si na Nestlé tu bali na wadau wote. Mfumo huu unahimiza kuzingatia mifumo ya ikolojia, ushirikiano, na kuwa na dhamira kuu katika kuunda ulimwengu bora na endelevu zaidi.

Ninapokaa na kutafakari kuhusu safari hii ya mabadiliko, roho ya Ubuntu inaibuka na kuonekana dhahiri na si kama nadharia tu—ni hai na ni halisi. RE2AL si mfano pekee; unaonyesha kwamba biashara zinaweza kutumika kuleta mabadiliko chanya. Mfumo wa Ubuntu na Polda unaonekana dhahiri kupitia RE2AL, na unawahamasisha wengine kufuata nyayo hizi ambazo zina uwezekano wa kuleta mafanikio katika biashara na kuziwezesha kubadilisha maisha, biashara zingine, na mazingira kupitia nguvu ya Ubuntu.

Kuwawezesha Vijana wanaoishi Kusini mwa Jangwa la Sahara: Muungano wa Vijana wa SSAs

Moja ya changamoto kubwa zaidi duniani hivi sasa, hasa katika nchi zinazoendelea, ni ukosefu wa ajira kwa vijana. Zaidi ya vijana milioni 71 duniani kote hawana ajira, huku zaidi ya vijana milioni 500 wakifanya kazi za muda mfupi au ambazo hazina uhakika, hali hii inaonyesha kwamba hakika kuna haja kubwa ya kuwaandaa vijana kuingia katika soko la ajira linalobadilika kwa kasi. Elimu ya kawaida inayotolewa shuleni mara nyingi haiwaandai kwa ukamilifu kufanya kazi katika ulimwengu wa leo unaobadilika. Zaidi ya asilimia 60 ya watoto wanaoanza shule za msingi leo wanatarajiwa kufanya kazi katika ajira zisi-zokuwapo, hivyo wanahitaji ujuzi sahihi ili kukabiliana na ulimwengu huu wa kiuchumi unaobadilika.

Kwa kutambua kwamba vijana ndio viongozi wa kesho, Nestlé ilizindua kampeni maalumu ya vijana duniani. Lengo lilikuwa ni kuwaandaa vijana kuingia katika soko la ajira kama viongozi, wajasiriamali wenye mafanikio, na wachochezi wa mabadiliko, bila kujali taaluma zao au viwango vyao vya utaalamu. Mpango huu ulilenga kujenga jamii zenye uwezo wa kujiendeleza, zenye uvumilivu, zenye usawa na amani, sambamba na Malengo Endelevu ya Umoja wa Mataifa.

Kutoka Afrika Kusini, tulichukua hatua ya kuanzisha "Muungano wa Nchi za Kusini mwa Jangwa la Sahara kwa VIJANA." Muungano huu uliundwa na mashirika yenye dhamira ya dhati ya kutatua tatizo hili kubwa la ukosefu wa ajira kwa vijana, ambalo hasa linasumbua Kusini mwa Jangwa la Sahara barani Afrika, ambapo zaidi ya 70% ya idadi ya watu ni vijana walio chini ya umri wa miaka 30. Eneo hili linabeba 20% ya idadi ya vijana duniani, na inatarajiwa kuongezeka mara mbili ifikapo mwaka 2055. Cha kushangaza ni kwamba, 70% ya vijana wanaofanya kazi bado wanakabiliwa na kiwango cha juu au cha kati cha umaskini.

Katika maeneo ya Kusini mwa Jangwa la Sahara barani Afrika, 65% ya vijana wana ajira isiyo ya kudumu, ukosefu wa ajira, au wanatafuta kazi. Hali hii ngumu inahitaji juhudi za pamoja kutoka kwa mashirika mbalimbali katika Ukanda wa Afrika Mashariki na Kusini (ESAR) kuboresha ajira zao na kuongeza ajira mpya. Nestlé, pamoja na mashirika mengine yenye mtazamo sawa kama vile Adcorp, Publicis, NielsenIQ, ABB, na Microsoft, walishirikiana kuunda muungano huu wenye nguvu. Shauku yao kuu ikiwa ni kusaidia vijana wadogo kupata ujuzi muhimu wa kuwawezesha kufanikiwa katika soko la ajira.

Muungano huu ulianzisha mipango kadha wa kadha, zikiwamo programu za ajira, ushauri, na mafunzo ya kuwawezesha vijana kupata stadi muhimu zinazohitajika mahali pa kazi. Tukio moja kuu la kila mwaka lilikuwa ni "CEO & Youth Connect," ambapo washiriki vijana walipata fursa ya kuuliza maswali na kupata majibu kutoka kwa Wakurugenzi Wakuu wa mashirika saba yanayoshiriki. Wakurugenzi Wakuu hawa wa mashirika haya wanajitolea kuwaongoza vijana hao, kuunda uhusiano wa kudumu, na kuwapa mwongozo muhimu.

Muungano wa Vijana wa Kusini mwa Jangwa la Sahara barani Afrika umepiga hatua kubwa, ukijikita zaidi katika ajira na uwezo wa kuajiriwa. Hadi sasa, muungano huu umewafikia zaidi ya watu milioni 20 kupitia majukwaa na vyombo vya habari na imewawezesha zaidi ya vijana 50,000 kupitia warsha mbalimbali. Warsha hizi zilijumuisha mafunzo ya kuandaa CV, ushauri wa taaluma, na programu za ushauri zinazoongozwa na Wakurugenzi Wakuu wa mashirika katika muungano.

Mitandao ya kijamii ilikuwa na mchango mkubwa sana katika kupanua uwezo wa muungano huu kufikia vijana wengi zaidi wa Kusini mwa Jangwa la Sahara. Kadri muungano huu unavyoendelea kutekeleza mipango yake, lengo likiwa ni kuimarisha ushirikiano kati ya Afrika ya Mashariki ya Kati na kuoanisha malengo yake na bidhaa zake.

Lengo kuu likiwa ni kupanua muungano, kuwashirikisha washirika wengine wenye malengo sawa, na kuimarisha kuwapo kwake katika nchi zingine, na kuendelea na dhamira hii ya kuwawezesha vijana. Kwa kufanya hivyo, Muungano wa Vijana wa Kanda ya Kusini mwa Jangwa la Sahara unaonyesha Mfumo wa Ubuntu na Polda ukifanya kazi, ambao unahimiza ushirikiano, mshikamano, na kuweka dhamira ya pamoja katika kuongeza fursa kwa vijana wa ukanda huu.

Mradi wa Hatcher: Kubadilisha Biashara Kupitia Kupanua Mfumo wa Ikolojia

Katika mazingira ya biashara yanayobadilika kwa kasi, uwezo wa kubadilika pia ni muhimu. Safari ya kuhama kutoka biashara ya kuuza tu bidhaa zilizobandikwa chapa hadi kuwa na uwezo wa kutoa huduma za kipekee kupitia chapa yako inahitaji kuunganishwa kwa teknolojia na huduma—haya ni mabadiliko ambayo kitengo cha masoko katika kampuni nyingi huwa haziko tayari kukabiliana nayo. Ingawa tunatambua haja ya kuwa na mabadiliko haya, kufikia mafanikio ya kweli katika utekelezaji wako ni safari yenye changamoto.

Tulipoingia mwaka 2012, umuhimu wa kutayarisha biashara yetu kwa ajili ya kukabiliana na siku zijazo ni jambo lisiloepukika. Huku tukifikiria uwezekano wa kuwaongezea ujuzi watu wa timu ya masoko, ambayo muda wote huwa na shughuli za kufanya, niliamua kutazama nje ya shirika letu na kuchukua ujuzi na utaalamu unaohitajika kutoka katika mfumo wa ikolojia wa nje.

Katika Ukanda wa Afrika Mashariki na Kusini, tunatekeleza hili kupitia Jukwaa la Hatcher, ambao ni mpango unaodhihirisha Mfumo wa Ubuntu na Polda, kwa kutengeneza mfumo wa ikolojia wenye mafanikio. Kwa urahisi jukwaa hili linaunganisha mtandao wetu wa ubunifu, na kutumia wepesi wetu na utaalamu wetu ili kupanua suluhisho zaidi, hivyo kuongeza uimara kwenye biashara yetu.

Jukwaa la Hatcher linatumika kama kiunganishi cha kuleta ushirikiano kati ya wabunifu na wakazi wa eneo hilo ili kutatua changamoto zao maalumu. Kwa kuwezesha ubunifu wa ndani kwa ndani, inatuwezesha kushirikiana na washirika wengine wa nje, kulea mawazo ya ubunifu, na kubadilika kutoka kwenye uuzaji wa bidhaa tu zenye nembo na kuanza kuuza huduma za utumiaji wa chapa inayohusika. Kuhama huku kwa kimkakati kunaleta fursa ya kuongeza mapato zaidi na kuongeza faida kwa chapa zetu.

Kufuatilia ushirikiano wa nje kwa juhudi hutuwezesha kupata ujuzi wa ziada kwa ajili ya kufanya majaribio, kufundisha, na kutengeneza ushirikiano wa kimkakati. Wakati mwingine, ushirikiano huu pia unahusisha umiliki wa hisa, na kutuwezesha kuwa na uwezo ambao hapo kabla ulikuwa nje ya uwezo wetu. Pia tuko tayari kuchunguza fursa za mnunuaji na kuunganisha biashara zingine (M&A) ambazo zinaweza kuongeza uwezo wetu wa kuwaridhisha wateja.

Ndani ya programu ya Hatcher, tunatuma maelezo mafupi ya mradi kwa wajasiriamali katika ukanda wa Afrika Mashariki na Afrika Kusini. Mwitikio umekuwa ni wa kushangaza, kumekuwa na mamia ya mapendekezo kutoka katika nchi 11 ndani ya ukanda huu. Mapendekezo haya huwa yanachunguzwa kwa makini, na timu zinazoshinda zinapewa bajeti ndogo na nafasi ya kufanya kushirikiana na shirika letu ili kubadilisha mawazo yao kuwa kitu halisi.

Ili kuwaunganisha wajasiriamali hawa wenye vipaji na timu zetu za masoko, tulishirikiana na COOi studios, kundi la wavumbuzi vijana wanaoongozwa na Sandiso Sibisi. COOi studios wanafanya kazi kama washirika wanaosaidia kuharakisha uvumbuzi, na wamebobea katika kutoa miradi ya uvumbuzi inayolenga kuleta ukuaji wa haraka. Wanatumia mbinu za kufikiria kwa ubunifu, wanatumia teknolojia za dijitali, na kukuza utamaduni wa kufikiria kwa njia za ubunifu ndani ya mashirika.

Mradi wa Hatcher unafuata Mfumo wa Ubuntu na Polda kwa kukuza ushirikiano, uunganishaji, na kuwa na dhamira ya pamoja ya kuleta zama mpya katika biashara. Ni ushuhuda wa kuonyesha nguvu ya mfumo wa ikolojia, ambapo watu mbalimbali wenye vipaji wanapokutana pamoja ili kubadilisha changamoto zilizopo kuwa fursa na kukabiliana na mazingira yanayobadilika ya biashara kwa ustahimilivu na ubunifu.

Mradi wa Blue

Kupitia ushirikiano wa kiwango cha juu na ECCO2, Nestlé ilianzisha mradi maalumu katika kiwanda cha utengenezaji wa Chakula na Maziwa cha Afrika Kusini, hatua muhimu kuelekea katika matumizi endelevu na ya mzunguko. Teknoloja ya kipekee ya ECCO2, iliyoundwa kwa ajili ya kunasa na kutumia kaboni kwa kiwango kikubwa cha viwandani, ilikuwa ni kiini cha mradi huu wa ubunifu.

Mradi huu ulikuwa na lengo la kunasa na kutumia uzalishaji wa gesi ya kaboni kutoka katika chumba cha kuchemshia. Kupitia teknolojia kubwa ya ECCO2, utoaji wa gesi hizi ulibadilishwa na kuwa unga wa kutengenezea maandazi hasa sodiamu bicarbonate. Hatua hii ya kimkakati si kwamba ilikuwa inatatua changamoto ya kimazingira kwa kupunguza utoaji wa kaboni tu lakini pia imetengeneza rasilimali ya thamani yenye matumizi mbalimbali.

Athari za mradi huu zilienea maeneo mbalimbali kama mawimbi kwenye maji, na kufika katika mchakato wa kutengeneza biskuti, hasa katika utengenezaji wa bidhaa yetu pendwa ya KitKat. Kwa kutumia unga wa maandazi wenye viwango vya kutumika kwa chakula (baking soda), tulifanikiwa kupata mzunguko wa rasilimali ndani ya mfumo wetu wa uzalishaji. Hatua hii ilionyesha si dhamira yetu ya kutekeleza shughuli mbalimbali kwa namna endelevu tu, bali pia ilitengeneza njia mpya ya kupata mapato kupitia matumizi fanisi ya rasilimali.

Mradi wa Blue ulionyesha namna mfumo wa Ubuntu na Polda ulivyojikita katika kutanua mipaka ya uvumbuzi na uendelevu. Unasimama kuwa kama ushahidi wa juhudi zetu za kutaka kubadilisha biashara kwa jumla, kuingiza matumizi ya mzunguko ya rasilimali, na kuongeza thamani tunazoweza kupata kutoka katika shughuli zetu. Mpango huu, kama mingine ambayo imebainishwa hapa, inaonyesha kwamba biashara mbalimbali zinaweza kutumika kufanya mambo mazuri, kutoa mchango chanya kwenye mazingira huku zikitupatia ukuaji wa kiuchumi na ubunifu.

Katika tabia na desturi yetu ya kila siku ya kunywa kikombe cha kahawa, bila kujua tunakuwa tumechangia kiasi kikubwa cha taka—asilimia 99.8 ya punje ya kahawa inakuwa haijatumika. Maganda yanayotupwa, ambayo yamejaa kemikali za kuzuia kuharibika (antioxidants), pamoja na mabaki mengine kawaida huwa yanatupwa bila kutambua thamani yake. Ni jambo lisilo na mantiki. Inapotumika asilimia 0.2 tu ya punje ya kahawa, inamaanisha kuna fursa ya kufanya mara 500 zaidi—fursa ambayo si ya kukuza uchumi tu lakini pia ya kutatua mahitaji ya jamii.

Nestlé, kwa kushirikiana na Ekofungi Limited na The First for Hope Foundation, imeanzisha mradi wa majaribio wa kipekee unaoitwa Project Indigo: Mushrooms. Mradi huu kwa namna ya ubunifu unabadilisha mabaki yanayopatikana wakati wa uzalishaji wa kahawa, maganda ya kahawa, na kuyageuza kuwa rasilimali ya thamini kwa ajili ya kukuzia uyoga. Matokeo yake ni kuwa na uchumi wenye muundo wa mzunguko ambao si kwamba unapunguza taka tu bali pia unatengeneza fursa za kuacha athari chanya.

Mradi wa majaribio umeanzisha shamba la majaribio la uyoga wa oyster mjini Harare. Mbali na lengo lake la kupima matokeo yanayoonekana, shamba hili pia linatumika kama kituo cha mafunzo, kuwawezesha wanawake katika jamii hiyo kulima na kuvuna uyoga. Uyoga uliovunwa unatumika kama chanzo cha kipato kwa wanawake hawa, na kwa hivyo inakuwa imetatua mahitaji ya kiuchumi ya jamii na kuifanya istawi. Kipekee, uyoga huu hutumika katika bidhaa nyingine ya MAGGI, na hivyo kuonyesha uwezekano wa kuwa na matumizi fanisi ya rasilimali kwa jumla.

Matumizi ya mzunguko ya mradi huu hayaishii hapo tu. Baada ya kuvuna uyoga huo, "udongo" unaobaki umeonekana kuwa kiungo muhimu katika kutengenezea chakula cha kuku, hivyo kuongeza chanzo kipya cha kipato. Mfumo huu mzima wa matumizi endelevu na ya jumla unazidi kuonyesha dhamira ya kutanua mipaka ya uvumbuzi, kuendeleza matumizi ya mzunguko, na kuonyesha nguvu ya mabadiliko inayopatikana kwa kubadilisha mazoea yanayofanyika katika biashara.

Project Indigo: Mushrooms si mradi kwa ajili ya kupunguza taka tu; ni ushuhuda unaoonyesha kwamba biashara zinaweza kufanya mambo mazuri, kuongeza thamani katika kila hatua ya mchakato huku zikichangia mchango chanya kwenye mazingira na jamii inayozunguka.

Kufungua Mabadiliko Katika Biashara za Zimbabwe na Mpango wa ZiWeb

Nestlé Zimbabwe, ambayo ni sehemu muhimu katika Ukanda wa Afrika Mashariki na Kusini (ESAR), imekuwa na jukumu kubwa katika safari ya shirika hili, kuibadilika na kuimarika.

Ilianzishwa mnamo Agosti 2018 kama sehemu ya mpangilio mpya wa Nestlé katika ukanda wa Kusini mwa Jangwa la Sahara, Nestlé Zimbabwe ni nchi ya pili kwa ukubwa ambayo kampuni imekuwa ikifanya nayo biashara kwa takribani miongo sita. Nestlé Zimbabwe imeendeleza kiwanda kinachostawi chenye wafanyakazi wanaojituma na kuwa na bidhaa pendwa kama vile Nestlé Cerevita, Nestlé EveryDay, na Nestlé Cremona.

Katika ziara yangu ya kwanza nchini Zimbabwe, ukweli wa kushangaza ulidhihirika—bidhaa zetu zilikuwa na bei iliyokaribia nusu ya bei za washindani wetu. Hapa Nestlé, ubora ni kitu ambacho si cha kujadiliwa, na tunaimarisha bidhaa zetu ili kuhakikisha kuwa zinakuwa ni bora kwa lishe. Matokeo yake ni kwamba, bidhaa zetu nyingi huwa zinauzwa bei ya juu ikilinganishwa na washindani. Hivyo basi, tulishangaa sana kuona bidhaa zetu zinauzwa kwa punguzo kubwa la bei.

Wakati tulipokuwa tukiuza bidhaa zetu kwa fedha ya ndani, uzalishaji wake nchini Zimbabwe ulihitaji kuagiza malighafi nyingi na vifaa vya kufungashia kwa kutumia fedha za kigeni (FOREX). Kiwango rasmi cha ubadilishaji wa fedha kilikuwa Dola 1 ya Zimbabwe = Dola 1 ya Marekani, lakini kupata fedha za kigeni kwa njia rasmi ilikuwa ni changamoto kubwa. Zilikuwa zikipatikana "kwa wingi" kwenye soko la magendo, ambapo Dola 1 ya Marekani = Dola 1.8 ya Zimbabwe na iliendelea kuporomoka kwa kasi. Sababu tulijitolea kufuata kanuni na sheria za ndani, hatukutumia masoko ya magendo. Hali hii ilitulazimisha mara kwa mara kuomba mikopo ya fedha za kigeni kutoka ofisi zetu kuu, mikopo ambayo hatukuwa na uwezo wa kuilipa. Ilikuwa wazi kwamba mtindo wa biashara yetu wa sasa haukuwa endelevu.

Katikati ya changamoto hizi, Nestlé Zimbabwe ilianza safari ya mabadiliko makubwa, huku vipengele kadhaa vya Mfumo wa Ubuntu na Polda vikionekana katika safari hiyo.

Vipengele vya Mfumo wa Ubuntu na Polda Vilivyotumika:

Ushirikiano na Uunganishaji: Tulishirikiana na wasambazaji wa ndani ili kujibadilisha kutoka katika muundo wenye utegemezi mkubwa wa fedha za kigeni na kuwa wazalishaji ambao tunatumia malighafi nyingi zinazopatikana nchini kwa ajili ya kutengenezea bidhaa zetu. Ilibidi kuwe na maendeleo makubwa kwa wasambazaji wa ndani ili kufikia viwango vya kimataifa.

Ukuzaji wa Vipaji: Katika mkakati wa idara ya rasilimali watu, tuliongeza ajira kwa watu wenye vipaji nchini Zimbabwe katika nafasi muhimu, ikiwa ni pamoja na meneja wa kiwanda, meneja wa fedha, na meneja wa kanda. Hii si kwamba iliongeza nguvu ya kuwapo kwetu ndani ya nchi tu lakini pia iliwezesha kuchangia katika kutoa fursa za ajira.

Uelewa wa Soko: Tulianzisha timu ya kufuatilia kwa ukaribu bei za sokoni za washindani wetu, na tulirekebisha bei zetu mara kwa mra ili kuendelea kubaki na ushindani sokoni na pia kukidhi mahitaji ya soko la ndani.

Ufanisi wa Kifedha: Tuliongeza ufanisi katika mali zetu za kifedha kwa kuwasaidia wafanyakazi kwa kuwapa malipo ya Dola za Zimbabwe, kununua magari ya usafiri kwa ajili ya wafanyakazi wa kiwandani, na kuingia mikataba ya muda mrefu na vyombo vya habari na malipo ya awali, hii ikiwa ni baadhi tu ya mikakati hiyo. Uwezo huu wa kifedha ulikuwa muhimu kwa uendelevu.

Hivi leo, Nestlé Zimbabwe ina mfumo wa uendeshaji biashara ambao ni endelevu, uliopatikana kwa ukuaji wa asili na uliotokana na ongezeko lililopatikana baada ya kukuza uwezo wa kuzalisha fedha za kigeni kwa ajili ya malipo na mirabaha yote.

Ili kuhakikisha timu yetu ya wafanyakazi inazingatia zaidi ukuzaji wa uzalishaji wa ndani, tuliwaruhusu wateja wa Zimbabwe kufanya ununuzi moja kwa moja kutoka Afrika Kusini bidhaa kadhaa ambazo hatukuzizalisha. Tuliongeza uwezo wetu wa uzalishaji na kukuza usafirishaji wa nje ili kuzalisha fedha zetu za kigeni.

Kwa upande wa mauzo, tuliongeza kwa kiasi kikubwa muundo wetu wa usambazaji kwa namna rasmi na isiyo rasmi kupitia wasambazaji na pia kutambulisha programu ya ZiWeb, ambayo iliwawezesha wanawake wa Zimbabwe katika biashara na kusaidia usambazaji zaidi mtaani, hasa wakati fedha iliyotumika ilibaki kuwa Dola ya Marekani.

Juhudi za Nestlé Zimbabwe hazijapita bila kutambuliwa, kwani timu hiyo imepokea tuzo nne za heshima kubwa. Tuzo hizi ni pamoja na "Farmer Support Award of the decade", "Buy Zimbabwe Insignia Award of the decade", mshindi wa pili katika tuzo ya bidhaa ya Mwongo ya NESTLÉ CEREVITA, na nafasi ya pili katika tuzo ya "Quality Award of the decade".

Katika nafasi yangu kama Mkurugenzi Mtendaji Afrika, nilipata fursa za kuzungumza na wadau mbalimbali ikiwa ni pamoja na mabalozi, viongozi wa serikali, viongozi wa biashara kadhaa, na viongozi wa asasi za kiraia, ili kukabiliana na changamoto za kijamii na kiuchumi zinazolikabili bara hili. Changamoto hizi zinahusisha masuala ya afya, ikiwa ni pamoja na unene wa kupindukia, upungufu wa virutubisho vya lishe, na lishe duni. Ili kupambana na changamoto hizi ni lazima sote kuzingatia kuwa na lishe ya chakula cha bei nafuu, kukuza huduma bora za afya, na kuhimiza afya bora, ambayo inahitaji ushirikiano wa muda mrefu.

Zinahitajika juhudi za pamoja, kuendelea kujitolea na kujitolea kwa muda mrefu, jambo ambalo Nestlé, kama kampuni kubwa ya vyakula na vinywaji, ina uwezo mkubwa wa kufanya hivyo. Ikiwa na zaidi ya bidhaa 2,000 na kuwapo katika nchi 191 duniani, ina nafasi muhimu sana katika kukabiliana na changamoto hizi na kuendeleza ukuaji huu endelevu.

Kujitoa kwa Nestlé kwa Zimbabwe kumechangia sana kuongeza imani kwa kampuni wakati inapowasiliana na wadau wengine katika maeneo yanayohusika. Uvumilivu na kujitolea huko katika kuendelea mbele hata pale hali inapokuwa ngumu kunaonyesha kanuni za Mfumo wa Ubuntu na Polda za ushirikiano na uunganishwaji, hivyo kuchangia katika mabadiliko na ukuaji wa Zimbabwe.

Pia tunalenga kubadili/kushawishi tabia za watumiaji. Tumeweka umakini wetu katika kupunguza upotevu wa chakula kwa kutupwa kama taka na miradi ya urejelezaji wa taka. Katika mradi wa majaribio wa "RE-Imagine Tomorrow," tunashirikiana na Kudoti—kampuni changa ya teknolojia ya kuchakata taka, na Destination Gree—kituo cha ununuzi wa taka, na tumeanza kufanya majaribio katika jamii ya Mqantsa huko Tembisa. Mradi huu unalenga kuwawezesha wachakataji wa taka 100.

Ninaamini kuwa mifano ambayo nimeitoa katika sura hii yote imeonyesha uwezo wa mashirika makubwa kutoa huduma na bidhaa zinazoendana na maslahi ya jamii, kuongeza thamani sio tu kwa washikadau bali kwa jamii nzima kwa ujumla. Lengo ni kutoa mchango katika kupunguza umaskini, kuongeza ajira, na kurejesha mazingira. Miradi iliyowasilishwa inalenga kuchangia katika kuimarisha tena jamii na mazingira katika njia zake za maendeleo.

Ingawa ninatambua ya kwamba sina majibu yote na pia ninakiri kwamba bado kuna safari ndefu mbele yetu, ni muhimu kuendelea kuwa na shauku ya kutaka kugundua na kujaribu mambo. Ninamhimiza mtu yeyote mwenye mawazo ya kipekee kufanya uchunguzi na kuyajaribu mawazo hayo. Kama vile tunavyojitoa katika kuhakikisha kwamba hakuna ajali zinazotokea katika viwanda na ghala zetu, kujitoa kwa ajili ya mazingira yetu kunataka pia tuhakikishe kuwa malengo yetu ni kutokuwa na uharibifu unaofanyika. Hatua za kawaida tu za 'kijani' hazitoshi; misemo tu ya 'punguza, tumia tena, rejeleza japo ni muhimu lakini haitoshi kusitisha uharibifu. Lengo halisi ni kuvuka sifuri, na lazima tujitahidi kufikia utengenezaji upya. Hii inatulazimu kufanya kazi kwa bidii kuleta urejesho katika mifumo ya ikolojia, pamoja na kuzingatia upande wa kijamii na kiuchumi wa jamii katika mchakato huu.

Katika juhudi za kuwapa watumiaji bidhaa na huduma zenye ubora wa hali ya juu, mtazamo wetu wa biashara ni lazima upige hatua za ziada mbele ya kupunguza uzalishaji wa kaboni tu na kuepuka kuidhuru sayari hii. Ni lazima tubadilike na kufanya mema mengi zaidi. Ahadi inayoendelea sasa ni kulea jamii, kuboresha maisha ya watu, na kutoa kipaumbele kwa ustawi wa watu. Wakati huo huo, ni lazima tulinde, kufufua, na kurejesha mifumo asili ya ikolojia. Ni muhimu kwa viongozi wa sekta kuhimiza mtazamo wa kurejesha kwa kiwango kikubwa zaidi ili kuleta athari kubwa.

Hatimaye, lengo kuu ni kujibadilisha kutoka hali inayofanya madhara kidogo na kuwa katika hali isiyofanya madhara yoyote, tukisonga mbele kuelekea katika kukarabati, kujaza tena, na kujenga uwezo wa urejesho. Maono haya yanabeba ahadi ya dhati ya kutengeneza mfumo wa uendeshaji wa biashara ambao si utachangia katika kuendeleza jamii tu bali utachangia katika kuendeleza mazingira pia.

SURA YA 5: TAMKO LA UONGOZI MAKINI

KANUNI ZA UONGOZI ZINAZOISHI MILELE

Katika sehemu hii ya kitabu, ninataka kuzungumzia zaidi kuhusu ujuzi unaohitajika kwa kiongozi makini ili aweze kuleta mabadiliko yenye mapinduzi katika timu yake au katika shirika lake. Kwa namna fulani, ni tamko la uongozi makini; tunazama katika kanuni za msingi za Mfumo wa Ubuntu na Polda ambazo zinatoa mwongozo kwa kizazi kipya cha viongozi. Kanuni hizi zinabeba uaminifu, bidii ya kujifunza, kukubali mabadiliko, kujenga mitandao.

Kisha nitawashirikisha mtazamo wangu binafsi / falsafa yangu.

Uongozi Makini: Unadumu Milele na Unabadilika na Mazingira

Sehemu hii ya kitabu inachambua kanuni za msingi za uongozi makini, na kusisitiza kwamba zinadumu milele na kubadilika kulingana na mazingira ya biashara yanavyobadilika. Pia sehemu hii itaangalia namna viongozi wanavyoweza kuwa na mtazamo makini, na kuendana na Mfumo wa Ubuntu na Polda wa kufanya shughuli zenye maadili, ujumuishaji, na kufanya uamuzi ambao ni endelevu. Kwa kuunganisha maadili ya uongozi wa kudumu milele na mikakati inayobadilika na mazingira, tamko hili linaweka msingi kwa enzi mpya ya uongozi wa biashara.

OVERCOME FEAR OF FAILURE

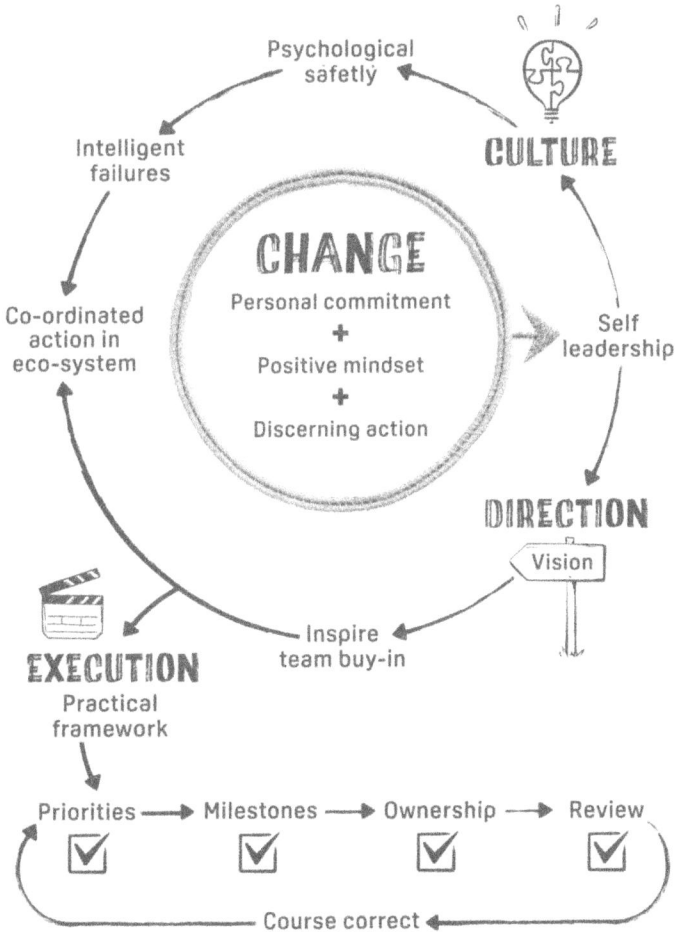

Psychological safetly

Intelligent failures

CULTURE

Co-ordinated action in eco-system

CHANGE

Personal commitment
+
Positive mindset
+
Discerning action

Self leadership

DIRECTION

Vision

EXECUTION
Practical framework

Inspire team buy-in

Priorities ⟶ Milestones ⟶ Ownership ⟶ Review
☑ ☑ ☑ ☑

Course correct ⟵

OVERCOME FEAR OF FAILURE - USIOGOPE KUSHINDWA

Psychological Safety - Usalama wa kisaikolojia

Intelligent Failures - Kushindwa kwa busara

Coordinated action in Ecosystem - Hatua zilizoratibiwa katika Mfumo wa Ikolojia

EXECUTION - UTEKELEZAJI

Practical Framework - Mfumo wa Vitendo

Inspire team buy - in - Huchochea ununuzi kwa matumizi ya baadaye kwa pamoja

CULTURE - UTAMADUNI

Self Leadership - Kujiongoza

DIRECTION - MWELEKEO

Vision - Dira

Priorities - Vipaumbele

Milestones - Matukio muhimu

Ownership - Umiliki

Review - Mapitio

Course correct - Kubadili mwelekeo

CHANGE - BADILI

Personal commitment - Wajibu binafsi

Positive mindset - Mtazamo chanya

Discerning action - Hatua tambuzi

Uongozi unavuka vizazi. Viongozi makini wanatambua kwamba ni lazima wabadilike kulingana na mazingira ya biashara yanay-obadilika huku wakizingatia kanuni zinazodumu milele. Viongozi bora wanaongoza katika wakati wa sasa, wanajifunza kwa yale yaliyopita, na wanajitahidi kuboresha kesho yao. Wanakuwa na mtazamo mpana kwa kuendelea kujihusisha, kuwa na taa ya kuwaongoza, na kudumisha uaminifu, wanasik-iliza kwa dhati, wana huruma, na wanahakikisha watu wanajihisi wako salama na wanawezeshwa bila kujali mabadiliko yanayotokea katika safari yao.

Uongozi makini, ambao unategemea kanuni za kwenye Mfumo wa Ubuntu na Polda, zinabeba dhamira ya dhati ya kuwa na uaminifu, wazi, ukweli, ubora, na kujifunza maisha yako yote. Viongozi hawa ni taa ya kutuongoza katika ulimwengu wa biashara zinazobadilika, wakikuza mazingira ya mshikamano, ukuaji, na uaminifu wa kudumu, ambapo sauti ya kila mtu inathaminiwa, na wanaendelea kujaribu kadri wawezavyo kufikia ubora bila kuchoka.

Ujuzi Laini ni Ujuzi Mgumu

Katika safari ya maisha, mara nyingi ujuzi laini huwa unaonekana kuwa ni ujuzi mgumu zaidi lakini pia ni wa thamani zaidi. Sifa hizi muhimu—unyenyekevu, wema, na uwazi—ni zaidi ya tabia tu binafsi; sifa hizo ni nguzo za uongozi makini na ukuaji binafsi.

Kama Rudyard Kipling alivyosema kwa busara, "Unapokutana na Ushindi na Maafa, na kuyachukulia hayo mawili kwa usawa," anasisitiza uwezo wa kuendelea kuwa mtulivu unapokutana na mfanikio na kushindwa. Hii inatukumbusha kwamba unyenyekevu si kukosa kujiamini bali ni kuwa na kujielewa. Ni kuelewa kwamba dunia ni kubwa, isiyoeleweka, na inayobadilika kila siku, na haidhuru tunajua kiasi gani, daima kuna mambo mengi ya kujifunza.

Vivyo hivyo, hekima ya Socrates iliyodumu kwa miaka na miaka, inatukumbusha kwamba kadri tunavyojua zaidi ndivyo tunavyogundua ukubwa wa ujinga wetu. Kutambua hili, kwamba akili zetu haziwezi kuelewa kwa ukamilifu ulimwengu huu ndio msingi wa sisi kuwa wema. Tunatakiwa kutazama maisha kwa mtazamo wazi na utayari wa kujifunza kutoka kwa wengine, huku tukitambua kwamba kila mtu analeta mtazamo wake wa kipekee.

Ukitembelea Jumba la Makumbusho huko Johannesburg linaloonyesha ubaguzi wa rangi uliotokea, unapata maarifa zaidi kuhusu maisha ya viongozi mashuhuri kama vile Nelson Mandela na Desmond Tutu. Kinachonigusa zaidi moyo wangu ni kiwango cha unyenyekevu ambacho viongozi hao walikuwanacho. Motisha yao haikuendeshwa na kiburi au tamaa ya umaarufu; bali walikuwa na nia ya kweli ya kuboresha maisha ya raia wa Afrika Kusini. Ni viongozi wa kutumika kama mfano ambao walifanya kazi bila kuchoka kwa ajili ya kuboresha maisha ya watu katika jamii zao, na kuishia kuaminiwa na watu wao kwa kiasi kikubwa.

Nelson Mandela, ni mfano bora wa uongozi katika Ngazi ya 5, kulingana na Jim Collins. Alikuwa ni kielelezo cha uongozi makini, siku zote alifanya kazi kwa manufaa ya wengine badala ya kujifaidisha wao wenyewe. Haiba yake, ukweli wake, na mtindo wake wa kipekee, kama kuvaa mavazi ya Batiki yenye rangirangi, vyote hivi vilimtofautisha kama kiongozi wa kipekee aliyethubutu na asiyeogopa kuwa yeye mwenyewe. Alionyesha wazi kwamba uongozi si kuwa shujaa bali ni kujitolea nguvu na hekima zako kwa manufaa bora.

Mfano mwingine wa unyenyekevu na uongozi makini ni Syed Babar Ali huko Pakistani. Alianzisha kampuni zake katika miaka ya awali ya Pakistani na kushirikiana na mashirika bora ya kimataifa, akiendelea kuwekeza katika miradi mbalimbali. Zaidi ya biashara, mapenzi yake katika elimu yenye ubora yali-wezesha kuanzisha chuo kikuu ambacho, hata baada ya miaka 50, bado kinaendelea kuwa na mafanikio. Kujihusisha kwake katika jitihada za kuhifadhi mazingira, akiwa kama mwanzilishi na Rais wa pili wa WWF, vinaonyesha mtazamo wake wa kina wa uongozi. Uwezo wake wa kukaa na marais, wafalme, na wake wa wafalme na bado akaendelea kuwa mnyenyekevu kwa wengine inaonyesha jinsi unyenyekevu halisi ulivyo.

Viongozi wanyenyekevu wanaoleta mabadiliko chanya na ya kudumu huwa ni watu wa kushukuru, wanaoandika kumbukumbu, wanaotafakari, na wanaotenda matendo ya wema mara kwa mara. Uthabiti na kujitoa kwao katika kuboresha jamii zao kwa kawaida vinawafanya kuwa wavumbuzi asilia.

Kwa hekima, Dalai Lama anasisitiza umuhimu wa kuchanganya huruma na akili ili uwe na maisha yenye furaha. Vivyo hivyo, maneno ya Charlie Chaplin yanatukumbusha kwamba mara nyingi huwa tunawaza kupita kiasi huku tukiwa na kiasi kidogo cha hisia. Matendo yetu yanapaswa kutoka mioyoni mwetu pamoja na kwenye akili zetu.

Ukiwa kama kiongozi makini, katika maisha yako na kazi zako unaweza kujikuta kwamba wema wako unaofanya kwa watu nje wakati mwingine unaeleweka vibaya. Hili limenitokea mara kadhaa na ingawa niliendelea kusimama wima nikifuata kanuni zangu, kama vile kuwa mnyenyekevu na mpole, ninaelewa umuhimu wa kuchukua hatua ipasavyo pale mtu anapokwenda kinyume na kanuni hizo. Pale hiyo inapotokea, huwa siogopi kufanya uamuzi mgumu kwa sababu zinazofaa, na siku zote ninafanya hivyo kwa njia ya kibinadamu. Ninatambua "jinsi" ninavyotekeleza uamuzi muhimu ni muhimu kama vile "nini" nilichokiamua. Uwazi, kama ilivyopendekezwa na Brené Brown, ni jambo la muhimu, lakini ni lazima uendane na haja ya viongozi kuonyesha ujasiri na kuwapa watu matumaini, hasa katika nyakati zenye changamoto.

Kuna msemo wa "danganya mpaka ufanikiwe" nimeukumbuka, unaonyesha mstari mwembamba uliopo kati ya haja ya wewe kuonyesha ujasiri na wewe kukubali udhaifu wako. Mfumo muhimu wa "Ladder of Inference" wa Profesa wa Harvard Chris, unasisitiza umuhimu wa kujenga simulizi yenye matumaini kulingana na taarifa ulizochagua, mawazo, na hitimisho. Ni juu ya kuunda hadithi ambayo inahamasisha watu kuwa na imani na matumaini, na kuwezesha timu ya wafanyakazi wako na shirika lako kuchukua hatua muhimu.

Kujenga uhusiano, kushukuru, mawasiliano yenye kujali, huruma, na kuwa na madhumuni ni vitu muhimu katika falsafa yangu ya uongozi. Kusamehe ni jambo lingine la msingi, unachangia ukuaji wa kibinafsi na kujenga uhusiano.

Kuhusu Karma, binafsi ninaamini hiyo si nguvu ya kimiujiza kutoka nje bali ni tafakuri ya kutoka ndani. Kwa kufanya mambo mema duniani, unajijengea hali ya afya njema ndani yako. Matendo yako yanajenga athari fulani ndani yako mwenyewe, na hivyo kuathiri taswira yako na jinsi unavyochukuliwa na wengine. Kiongozi makini anaelewa kwamba ili kuwapenda wengine, kwanza ni lazima ujipende mwenyewe kwa dhati. Nia yako siku zote iwe kufanya mambo sahihi kulingana na imani ambayo unaifikiria kila siku unapojitazama kwenye kioo asubuhi bila kujihukumu.

Katika maisha yangu, nimejifunza ushauri wa Benjamin Franklin kwamba "kwa kushindwa kupanga, unapanga kushindwa." Pia nimeyaweka ndani yangu maneno ya busara ya Victor Borge kwamba "kicheko ni kitu cha karibu kinachowaunganisha watu." Hii imeniongoza katika uwezo wangu wa kuwasiliana na wengine. Pale maneno na matendo vinapopingana, tunatakiwa kufuata ushauri wa Waldo Emerso, tukitegemea lugha ya ishara zisizo na maneno.

Mtazamo wa jumla wa uongozi unajumuisha kanuni hizi za msingi, ikionyesha umuhimu wa unyenyekevu, upole, na uwazi katika kujenga uhusiano wa dhati na kutoa mchango chanya duniani.

Imani kama Msingi wa Uongozi

Viongozi makini wanakuwa na imani kama msingi wa namna wanavyoongoza. Wanafahamu kwamba imani ni uhai wa uhusiano na timu zao za watu. Kuamini kwamba wafanyakazi watatoa matokeo bora kadri wawezavyo, hasa katika mazingira yanayobadilika ya miundo ya kazi tofauti, itaongeza uzalishaji kwa kiwango kikubwa. Viongozi pia wanatambua kwamba msingi wa imani ni haki, na si upendeleo, ili kuwa na timu inayohusisha watu na yenye muungano.

Kusikiliza kwa Kina na Ushirikiano

Kusikiliza kwa kina cha uongozi wowote makini. Viongozi si kwamba wanaongoza tu bali pia wanasikiliza kwa makini katika ngazi zote za shirika, kutunza mazingira ambayo yanafanya mchango wa kila mtu uthaminiwe. Muundo wa uongozi, japokuwa ni muhimu ili kila mtu awajibike, haupunguzi umuhimu wa mtu mwenye nafasi yoyote ile. Uongozi thabiti unahusisha kushawishi mawazo ya watu, kutoa mwongozo, kufanya ari ya watu kubaki juu, hasa katika nyakati zenye matatizo. Viongozi mara nyingi wanawapa watu matumaini, na wanatambua umuhimu wa kufanya hivyo katika nyakati za shida.

Uwazi na Uhalisia

Viongozi makini wanaweka kipaumbele katika ukweli, na mawasiliano yenye uwazi. Kuwashirikisha wafanyakazi wengine hali, maono, dhamira, na maadili ya kampuni kunawawezesha kujihisi kuwa sehemu ya kampuni. Inawafanya kutambua na kusherehekea mafanikio ya timu zao, huku wakithibitisha umuhimu wa kazi wanayofanya. Uhalisia, upendo, uaminifu, na huruma ni sehemu muhimu ya uongozi. "Uongozi unaoongozwa na Upendo" unatambua vipaji vya kipekee, unafungua uwezo, na kuimarisha uaminifu na kupeana msaada ndani ya timu zao.

Usalama wa Kisaikolojia na Kuzingatia Ubora Kuliko Wingi

Viongozi wanaweka mazingira yanayofanya timu za wafanyakazi kujihisi wako huru kuonyesha upungufu na kueleza yale wanayoyahofia. Wanakubali tofauti na kukuza utamaduni ambao kila mtu anahisi anathaminiwa na kuwa huru kueleza mawazo yake. Kauli mbiu inakuwa ni kuzingatia ubora kuliko wingi, na viongozi wanaweka kipaumbele kwa watu kuwa wadadisi, kuchunguza mambo kwa kina, kuuliza maswali, na kuchunguza mitazamo mbalimbali. Makosa yanakubaliwa, na "Plus Delta" inatumika ili kujifunza na kukua, na kuimarisha usalama wa kisaikolojia.

Utofauti na Uwezeshaji wa Wanawake

Safari yangu katika ulimwengu wa kazi iliponipeleka Pakistani, nilifanya uamuzi binafsi wa kupigania usawa wa kijinsia. Juhudi hizi zilifanyika ndani ya Nestlé na kupitia ushirika wa OICCI - Overseas Investors Chamber of Commerce and Industry (Chumba cha Biashara na Viwanda cha Wawekezaji wa Nje). OICCI inawakilisha karibu kampuni 200 kutoka katika nchi 35, zinazojishughulisha katika sekta zaidi ya 14 mbalimbali nchini Pakistani, na mali zake pamoja zina thamani ya dola za kimarekani bilioni 85. Nilishirikiana na timu zingine kutoka katika kampuni kadha wa kadha ndani ya kikundi changu cha kazi, tulitayarisha njia ya kimkakati ya kutathmini msimamo wa kampuni kuhusu usawa wa kijinsia na kuonyesha njia ya wazi itakayotusaidia kufikia hilo. Njia hiyo ilitoa kipaumbele kwa hatua za vitendo na kuchukua taratibu nzuri kutoka kwa kampuni ambazo tayari zilikuwa zimefanikiwa katika tasnia hiyo. Wazo kuu lilikuwa si kujaribu kugundua vitu ambavyo vimeshagunduliwa tayari bali ilikuwa ni kuchukua mawazo mbalimbali kutoka kwa watu waliopiga hatua mbele tayari Ili kuhamasisha maendeleo zaidi, tulianzisha tuzo za kila mwaka kwa ajili ya kutambua kampuni iliyofanya maendeleo makubwa zaidi.

Mnamo mwaka 2017, kama Makamu wa Rais wa OICCI na Mwenyekiti wa Kamati ya CSR, niliweka malengo ya kushughulikia changamoto ya usawa wa kijinsia katika mashirika ya Pakistani kwa njia za vitendo. Badala tu ya kueleza haja ya kuwa na usawa wa kijinsia na kuonyesha takwimu mbalimbali zisizopendeza za suala hilo, niliamini kwamba tulihitaji hatua madhubuti za kuongoza shirika. Sababu za mabadiliko zilieleweka na wengi, na wengi waliunga mkono jambo hilo. Changamoto ilikuwa ni kutojua wapi pa kuanzia. Niliandaa tukio la OICCI kuhusu mada hii na kutoa hotuba yangu binafsi ili kuzindua mpango huu.

Nilisimulia hadithi yangu binafsi kutoka miaka ya 1950 huko Paris, ambapo bibi yangu aliteuliwa kupata tuzo inayotambua akina mama wafanyakazi. Alikuwa amelea watoto saba peke yake baada ya kifo cha mapema cha mume wake kutokana na kifua kikuu. Alimrithisha mama yangu juhudi zake, ambaye alifanya kazi maisha yake yote huku akilea watoto wake, na sasa nimepokea pia urithi huo. Mimi pia, nilisafiri nje ya nchi, nikaoa, na mke wangu, kama walivyokuwa wanawake kabla yake, aliamua kufanya kazi huku akiwa anakabiliana na changamoto zinazoambatana na kuhama mara kwa mara baina ya mataifa tofauti. Vizazi hivi vya wanawake wachapakazi vilikuwa na ushawishi mkubwa katika kazi zangu binafsi, na ilikuwa ni hatima yangu kushiriki katika kukuza uwezeshaji wa wanawake.

Kisha nilisimulia hadithi ya Momina, mwanamke mdogo aliyetamani kufanikiwa katika fani ya masoko kwenye kampuni kubwa ya kimataifa. Hata hivyo, baada ya kuwa mama na kukabiliana na shinikizo kutoka kwa jamii inayomzunguka na changamoto mbalimbali binafsi, aliamua kuacha kazi. Safari yake iliakisi mapambano ambayo wanawake wengi nchini Pakistani wanakutana nayo. Licha ya mafanikio yake mengi ya nyuma, bado alihisi kurudi kufanya kazi katika mashirika ilikuwa ni kitu kisichowezekana. Lakini, baada ya kupewa moyo na familia yake na wafanyakazi wenzake wa zamani, aliamua kuomba tena kazi na kuajiriwa kama msaidizi katika ofisi ya utawala ya Mkurugenzi Mkuu. Kampuni ilikuwa na saa za kazi zinazobadilika, ilitoa huduma za kulea watoto, kulikuwa na huduma za usafiri, na meneja wake pamoja na wafanyakazi wenzake walijali na kuelewa mahitaji yake. Taratibu, alirejesha ujasiri wake, kuchukua majukumu zaidi, na kufanikiwa katika kazi yake. Hadithi yake ya mafanikio iligeuka kuwa hadithi ya matumaini kwa wengi.

Masuala ya uwezeshaji wa wanawake, usawa wa kijinsia, na utofauti ni mambo yanayojadiliwa mara kwa mara leo. Hata hivyo, swali ni kwamba, je, jamii ya Pakistani kweli inajali kuhusu masuala haya? Japo Wakurugenzi Wakuu wengi wa kampuni za kigeni wanajali sana kuhusu masuala haya, naamini kuwa jamii kwa jumla bado inahitaji kutilia mkazo masuala haya. Pakistani ilishika nafasi ya pili kutoka mwisho kidunia kwa 'Fursa kwa Wanawake na Ushiriki wao Kiuchumi' katika Ripoti ya Pengo la Jinsia ya Jukwaa la Kiuchumi la Dunia ya mwaka 2014, huku ikiwa kuhusu Afghanistan tu. Usawa wa Kijinsia ni suala gumu nchini Pakistani, ambapo tatizo hilo linachangiwa na vikwazo vya kitamaduni, dhana potofu, kukosekana kwa uwezeshaji, na vizuizi vya kifikra. Utafiti wetu wa OICCI kwenye suala la Usawa wa Kijinsia ulionyesha kwamba kampuni nyingi zina chini ya 15% ya wanawake katika wafanyakazi wao, na wanakabiliana na changamoto za kufanya mabadiliko muhimu.

Basi, ni kwa nini tunahitaji kujali suala hili la kuwezesha wanawake kazini? Majibu yanahusisha ukuaji wa kiuchumi, maendeleo ya kijamii, na usawa wa kijinsia. Kwa mfano, ripoti ya IMF ya mwaka 2016 ilikadiria kuwa kuziba pengo lililopo la kijinsia katika ushiriki wa kiuchumi kunaweza kuongeza Pato la Taifa la Pakistani kwa hadi asilimia 30.

Kwa OICCI, ilikuwa ni dhahiri kwetu kuchukua hatua. Nilipopendekeza kwamba uwezeshaji wa wanawake uwe moja kati ya mipango yetu ya pamoja kama Mwenyekiti wa kamati ya

OICCI CSR, niliungwa mkono na wote. Japokuwa sote tunakubaliana kuhusu umuhimu wa jambo hili, kujenga mazigira ambayo ni rafiki kwa wanawake kazini bado ni changamoto. Masuala kama majukumu ya kulea watoto, usalama wa wanawake wafanyakazi, na maendeleo ya taaluma zao baada ya kupata watoto, ni lazima yote yashughulikiwe. Mradi wa wanawake wa OICCI unalenga kutoa njia thabiti ya kutupeleka mbele, kwa kutoa mwongozo wa mfumo wa kutengeneza maeneo ya kazi ambayo ni rafiki kwa wanawake. Tunamhamasisha kila mtu kushiriki katika mpango huu, kwani ni muhimu kubadilisha kampuni na jamii zetu kwa jumla.

Kamati ya CSR ilitayarisha ramani yenye njia-5, yenye mifano halisi ya sera, mazoea, na mafunzo yatakayofanyika katika kila hatua. Ramani hii inalenga kuweka ahadi wazi kwa viongozi, kuweka misingi, kuwawezesha wafanyakazi wa kike kuwa na usawa katika maisha yao ya nyumbani na ya kazini, hivyo kutumia uwezo wa vipaji vya wanawake kwa kiwango cha juu zaidi, na kushawishi dunia pia hata nje ya kampuni hizo tu. Ili kufuatilia maendeleo, pia tulipendekeza mfumo rahisi wa kujitathmini, ambao uliwezesha mashirika kutathmini safari yao kutoka katika hali ya kutokuwa na mazoea hayo hadi kuwa na mazoea bora.

OICCI inahusika na kukusanya 30% ya mapato ya kodi ya Pakistani, hivyo kufanya kampuni zake kuwa na ushawishi mkubwa kiuchumi na kijamii. Kwa kufanya kazi pamoja kuwawezesha wanawake, tunaweza kuleta athari kubwa katika jamii yetu na jamii kubwa zaidi ya biashara nzima. Tulilenga kuanzisha harakati hizi nchini Pakistani, barani Asia, na kisha duniani kote. Kampuni nyingi za OICCI zinafanya kazi katika nchi nyingi duniani, na kwa kukuza utaratibu huu unaochukua hatua za kimatendo, tunaweza kuleta tofauti kubwa.

Wanawake wa Pakistani wana vipaji vikubwa, na sasa ni wakati wa kuonyesha uwezo wao kwa mustakabali mzuri wa baadaye. Lengo la mradi huu si kusherehekea wanawake wachache mashuhuri; lengo ni kukuza umahiri wa wanawake ambao tayari wanafanya kazi katika mashirika mbalimbali na kuwafanya kuwa mifano ya kuigwa na wengine. Katika kampuni ya Nestlé Pakistani, tuna programu inayoitwa Kero Aitemaad (Tuaminiane) ambapo tunasimulia hadithi za wanawake walio kazini na mambo yanayohusu uzoefu wao kwa wanafunzi wa vyuo vikuu, tukivunja dhana potofu, na kuhamasisha hisia za matumaini, kuwapa malengo na kujiamini.

Haya ndiyo matokeo ninayotaka kuyakuza zaidi.

Kufungua Hali ya Mtiririko: Mtiririko, ni hali ambapo unakuwa na umakini mkubwa na bila ubinafsi na muda unakuwa ni kitu ambacho hakina umuhimu mkubwa. Ni hali muhimu kwa utendaji bora na ubunifu. Kuelewa nyakati katika maisha yako ambapo ulipitia hali ya mtiririko inaweza kukusaidia kuelekeza juhudi zako kufikia hali kama hiyo kwa hiari.

Kufanikisha Hali ya Mtiririko kwa Mtu Binafsi na kwa Kikundi: Kutambua hali zinazosababisha mtiririko kwa mtu binafsi ni muhimu, aidha iwe ni kupitia matukio ya kusisimua au kupitia nyakati za kupata uhuru. Ukiwa kama kiongozi, kukuza hali ya mtiririko ndani ya kikundi chako kunahusisha kupata mlingano kati ya changamoto na ujuzi uliopo. Hili ni eneo la mafanikio makubwa na uvumbuzi, linalowezeshwa na uaminifu, usalama wa kisaikolojia na mawazo chanya ya kiongozi.

Kujenga Uaminifu: Uaminifu ni msingi wa ushirikiano bora ndani ya Mfumo wa Ubuntu na Polda. Kuaminika, kutegemewa, huruma, na nia ni vitu ambavyo vinachangia kujenga uaminifu. Ni msingi ambao unachangia katika kusukuma ushirikiano na maendeleo, vitu muhimu katika kufanya mfumo huu kuwa halisi.

Kujifunza bila kuchoka: Viongozi makini wanaamini katika kujifunza na kukua kila wakati. Wanasisitiza umuhimu wa kujitambua katika kila hatua ya safari, kuthamini uzuri wa maisha tuliyonayo, na kuendelea kuwa na udadisi. Udadisi huu wa asili na shauku yao inasababisha kuwasukuma viongozi hawa kukubali njia tano za kujifunza: elimu rasmi, kusoma, kusikiliza kwa makini, kuangalia kwa makini, na kujaribu, hivyo kupata ujuzi mpya na kujitafakari. Viongozi wanaelewa kwamba kuwa wadadisi, na wenye mapenzi, na watu wa kujaribu ni vitu vinavyochangia katika kuwasukuma kujifunza zaidi na kuwapeleka katika viwango vipya vya uongozi.

Elimu

Ingawa mara nyingi huwa ninakosoa mfumo wa elimu, hoja yangu kuu huwa ni kwamba elimu ni urithi wa zamani kutoka katika enzi za viwanda, ni mfumo uliotengenezwa maalumu kwa ajili ya uzalishaji na usimamizi wa bidhaa zinazoshikika. Hivi leo, tunahitaji mabadiliko na kuhamisha umakini wetu kutoka kwenye bidhaa mpaka katika uzoefu wa kutumia bidhaa na kuacha kutumia mbinu zile zile za ubunifu. Ni rahisi kukosoa mfumo, lakini kuuboresha ni changamoto ngumu.

Mfumo wa Montessori ulitoa mbadala, lakini huenda usifae kwa kila mtoto, kwani unahitaji motisha binafsi na nidhamu. Watoto wengi wa hivi leo wanapoteza umakini kwa urahisi sana, hasa umakini wao unaondolewa na vitu kama simu mtelezo na kompyuta, hivyo kuwafanya wachague njia iliyo rahisi zaidi katika kufanya mambo.

Binafsi ninaamini kwamba, mfumo wa elimu unatakiwa kumsaidia mtu kugundua kusudi lake, mbali na kupata pesa pekee. Shule za biashara mara nyingi zinazingatia sana katika kutengeneza pesa badala ya kutatua matatizo. Kwa hiyo, pamoja na ujuzi wa msingi kama vile lugha, hisabati, biolojia, na fizikia, elimu ni lazima ikuze pia ujuzi wa kijamii kama vile akili za kihisia, uwezo wa kutazama, kutafakari, na kufikiria kwa ubunifu.

Katika dunia inayobadilika kwa kasi, ujuzi wa msingi unaotolewa na jadi mbalimbali kwa sasa umepitwa na wakati, huku kompyuta, mifumo tumizi ya akili bandia, roboti, vyote vikiwa na uwezo wa kufanya kazi hizo. Alvin Toffer alitoa ushauri wenye mantiki: Andaa watoto kujifunza, kusahau walichojifunza, na kujifunza tena. Lengo kuu la elimu linapaswa kuwa ni kuwafundisha jinsi ya kukabiliana na mazingira yanayoendelea kubadilika kila siku na kufanikiwa.

KUJIFUNZA, IMANI NA KUKUBALI MABADILIKO

Nguvu ya Kusoma: Viongozi ni Wasomaji

Kwa mujibu wa maneno ya Rebecca Solnit, "Kitabu ni moyo ambao unadunda tu ndani ya kifua cha mwingine." Vitabu vina uwezo wa kutuunganisha na mioyo na akili za waandishi, na hivyo kutupa maarifa na hekima ambayo inaweza kutusaidia kuuelewa ulimwengu.

Kukusanya Maarifa: Nimekuwa msomaji mwenye bidii, nimevutiwa na vitabu na kuwa na shauku kubwa ya kuchunguza mawazo mapya yanayonipa hamasa. Ninapogundua mada ambayo inanivutia zaidi, huwa ninaingia katika hali ya "kueneza habari," na kusambaza maarifa hayo muhimu kwa wengine. Watu wengi wanaweza wasiwe na shauku kubwa kama yangu ya kusoma, hivyo nimejifunza utaalamu wa kufupisha dhana ambazo ni ngumu kueleweka na kuziwasilisha kwa njia ambayo ni rahisi kueleweka—uwezo muhimu sana kwa kiongozi yeyote wa biashara. Ujuzi huu umeniwezesha kuelewa mambo magumu na kuchuja sehemu zake muhimu, hivyo kusababisha mambo hayo kuwa rahisi kueleweka.

Kujifunza kwa vitendo: Mbinu yangu ya kujifunza inahusisha kuhama kwa haraka kutoka katika hali ya kuelewa hali ya sasa na kwenda katika kutazama mustakabali bora wa baadaye. Ninaamini katika nguvu ya uboreshaji mdogo, thabiti, na endelevu. Falsafa hii huwa inanichochea kuanza miradi midogo

midogo, kufanya majaribio, na kisha kuiboresha na baadaye kuikuza zaidi. Kama ulivyoona katika sehemu iliyopita ya kitabu hiki, mtazamo huu nimekuwa nikiutumia wakati wote katika kazi zangu.

Kusimulia Hadithi na Ushirikishaji: Kusoma vitabu kumenifundisha uwezo wa kusimulia hadithi na umuhimu wa kuepuka kuchosha watu. Vitabu vya kuvutia vina tabia ya kujenga hisia kali, kisha kuziachia, na kuzijenga tena kuelekea kilele cha mwisho. Vitu hivi ni muhimu kwa kiongozi yoyote wakati wa kutoa hotuba au kuwasilisha kitu.

Kuona Picha Kubwa: Kusoma kunafundisha ubongo wako kuona picha kubwa. Kwenye kitabu, taarifa huwa zinafunuliwa kidogo kidogo, pia wahusika na matukio mbalimbali mwanzoni vinaweza kuonekana havina uhusiano. Ukiwa kama msomaji, lazima uhifadhi taarifa hizi na kuzitumia kujenga hadithi inayoeleweka kichwani. Hii inakujengea uwezo wa kujenga picha ya mambo na kubashiri kitakachofuata.

Uvumilivu na Ustahimilivu: Kusoma pia hufundisha uvumilivu na ustahimilivu. Kuna uwezekano mkubwa kwamba hutamaliza kusoma kitabu chote kwa mkao mmoja tu, hivyo ni lazima ujenge mazoea ya usomaji kama tabia yenye afya.

Maarifa aliyoyatoa Maria Popova yanatusaidia kuelewa jinsi vitabu vinavyoweza kutumika kutusaidia kuwaelewa watu, dunia, na kujielewa sisi wenyewe. Vitabu vinafanya kazi kama darubini ya kutazama ndani ya akili za wengine, na kuonyesha upeo na fahamu zetu wenyewe. Fasihi ni zana ya kutuwezesha kuishi kwa hekima zaidi, wema na kuwa na akili timamu. Inachangamsha uhalisia wa mambo, na kutuwezesha kujifunza kutoka kwa wengine na kuelewa nafasi zetu kwenye ulimwengu. Inatufanya tuwe wenye huruma kwa kutufunulia mitazamo mingine na matokeo ya baadhi ya matendo.

Vitabu vinatupatia faraja tunapokuwa na upweke, vinaelezea hisia kwa uwazi zaidi kuliko kwa njia ya mazungumzo ya kawaida. Huwa ni kama ramani ya kutuongoza katika hisia zetu za ndani, inatuonyesha njia za kupita kufikia hisia na mawazo yetu.

Zaidi ya hayo, vitabu vinatutayarisha kwa wakati tutakaposhindwa. Katika fasihi mara nyingi hali ya kushindwa huwa inasababisha watu kuikabili kwa kuwa na huruma na uelewa.

Kusoma kunatuweka katika hali ya mtiririko, kutulazimisha kutambua wakati tuliopo na kulazimisha ubongo wetu kuwa makini.

Kitu ambacho tunakiita kitabu si kitu cha kushikika tu bali ni kitu kinachohifadhi uwezo mkubwa, kama vile ilivyo kwa muziki au mbegu, huku kikisubiri mabadiliko kutokea kinapokuwa mikononi mwa msomaji.

Kutazama kwa Makini na Kufanya Majaribio: Kufunua Kanuni za Maisha

Kama mtu mwenye hekima Nisargadatta anavyotukumbusha, "Upendo hunipa kujua kwamba mimi ni kila kitu, hekima hunipa kujua kwamba mimi si kitu, na kati ya kingo hizo mbili unapita mto wa maisha." Mto huu wa maisha unabeba somo muhimu la kutazama kwa makini na kufanya majaribio, mbinu ambayo nimeipokea kwa moyo wote katika safari yangu ya kutafuta maarifa na uelewa.

Kanuni za Maisha: Kupitia kutazama kwa makini na kufanya majaribio, tunagundua Kanuni za Maisha—sheria ambazo hazibadiliki, kama zilivyo sheria za fizikia, zinazoongoza nyanja mbalimbali za maisha yetu. Kanuni hizi zinaeneza mizizi yake katika nyanja mbalimbali kama vile dini, michezo, na biashara. Kwa mfano, fikiria kuhusu tendo la kuswali au kufunga katika dini ya Uislamu, umakini unaohitajika ili kufanikisha mpira wa gofu unaingia katika shimo, au dhamira inayohitajika kwa kiongozi wa biashara kufanya uamuzi thabiti. Mambo haya yanaunganishwa na kitu kimoja: dhamira.

Kushinda Hofu: Akili ya binadamu mara nyingi huwa inakuza hofu ya kushindwa, na kusababisha kufikiria jambo bila kuchukua hatua au kuchukua hatua kwa kuweka jitihada nusu. Huku kujiwekea shaka kunaweza kuwa ni kama kujitabiria utabiri ambao utaishia kutimia, hivyo kudidimiza juhudi zetu. Hata hivyo, kufahamu Kanuni hizi za Maisha kunatuwezesha kutumia nguvu zake. Kwa kuhamisha umakini wetu na kuuelekeza kwenye matokeo tunayoyatamani, tunaongeza uwezekano wa kuyafanikisha. Kuwa na mawazo mengi na hofu ya kushindwa, hasa unapokuwa umechoka, vinaweza kuzorotesha maendeleo.

Hekima ya Kobe: Ni muhimu sana kukumbuka kwamba kuna njia nyingi za kufanikiwa, na kwamba njia fupi zaidi ya kukufikisha kwenye mafanikio si njia bora siku zote. Kumbuka ile hadithi ya kobe na sungura. Kobe alifanikiwa katika hadithi hiyo kwa sababu alianza safari bila kusitasita na akafanikiwa kufika kwenye mstari wa mwisho. Kuanza ni muhimu zaidi kuliko kutafuta njia ambayo ni kamilifu.

Nguvu ya Akili Tulivu: Uzoefu wangu katika Jiu Jitsu na katika mchezo wa gofu umenionyesha kwamba ni muhimu sana kuwa na akili tulivu. Hali ya utulivu, kuweka kuwapo kwako kwa linalotokea, na kuwa katika hali ya kujitambua kunatuwezesha kurekebisha mwelekeo wetu kabla ya kufanya makosa makubwa yasiyoweza kurekebishika. Katika hali hii, tunajifunza na kukua kwa kusudi maalumu. Tunajihisi kuwa na udhibiti na kutoelemewa na mambo, hali inayokuza ujasiri wa kutafuta mwongozo pale inapohitajika.

Kugundua Mifumo ya Ulimwengu: Ukiwa na uelewa basi unakuwa na uwezo wa kuchanganua mifumo ya ulimwengu, ni sawa na ufunuo uliotokea kwenye filamu ya *The Matrix*. Hii haimaanishi kwamba tunapaswa kujitahidi kuwa wakamilifu kama vile mashine; hapana, badala yake tuthamini uzuri wa dosari zinazotufanya tusiwe wakamilifu, kama ilivyo katika sanaa. Dosari zinachochea hisia na kutupa msisimko.

Kukumbatia Dosari: Kama tunavyofurahia sanaa zilizo za kipekee, tunapaswa kufurahia dosari za maisha. Jambo hili linaonekana unapotazama tofauti iliyopo kati ya Batiki za Indonesia na Batiki Zilizochapishwa. Tofauti ipo kwenye dosari zake, makosa, na sehemu zinazokosekana ambazo ndizo zinazoamsha hisia.

Changamoto za Baadaye: Katika siku zijazo, tutahitajika kushiriki katika kufikiria kimkakati na kutilia mkazo katika utatuzi wa matatizo kwa njia fanisi. Ili kutatua changamoto ngumu, ni lazima tutumie sifa za kipekee za watu, tukuze uvumbuzi na ubunifu. Maarifa ya muktadha unaohusika na ubunifu, pamoja na uelewa wa kina wa utu wetu ni vitu muhimu. Mchakato wa kujifunza kwa pamoja na kupata msukumo kutoka katika nyanja mbalimbali zitasukuma maendeleo mbele.

Ujuzi wa Kufanya Majaribio: Uwezo wa kujaribu vitu, kubadilika, na kufanya makosa ni muhimu. Kama vile Steven Colbert anavyosisitiza kuhusu umuhimu wa "kufikiria," huwa tunajifunza kwa kujaribu, kuanguka, na kuinuka tena. Katika harakati za kufikia malengo yetu makubwa, kufanya marekebisho ya njia tunayoipita ni muhimu sana kama ilivyo njia hiyo ya awali. Roketi iliyokuwa inaenda mwezini ilikuwa kwenye uelekeo sahihi kwa 2% tu ya muda ilipokuwa ikielekea huko; muda mwingine wote ilikuwa iko katika mwelekeo usio sahihi, ndivyo ilivyo katika safari yetu.

Kujifunza Kutoka kwa Ujuzi Mpya: Kujifunza ni zaidi ya nadharia tu na kunaenda mbali mpaka kwenye utendaji. Mfano mzuri ni upigaji picha. Siku zote nimependa upigaji picha, lakini kujikita kwenye sanaa ya kupiga picha kwa kamera zisizokuwa za automatiki kulikuza zaidi mapenzi yangu kwa sanaa hii. Niliposafiri kwenda Masai Mara katika kipindi cha mwaka wa 2021 hiyo ilikuwa ni hatua ya mabadiliko kwangu.

Maendeleo na Kufurahia: Kujifunza ujuzi mpya kunaweza kuwa jambo gumu, lakini maendeleo makubwa yanafanyika mwanzoni, hii inakupa nguvu na furaha isiyo na kifani. Nadharia ni muhimu, lakini binafsi ninaamini katika kutumia maarifa mapya kwa haraka. Kujifunza katika mazingira mazuri kunakuza uelewa, na kutumia ujuzi uliojifunza kwa haraka unaimarisha kujifunza kwako.

Udadisi na Kinachofuata Mbele: Shughuli anazopenda kufanya mtu anapokuwa na nafasi kama vile upigaji picha huchochea hali ya kuwa na udadisi, ujuzi muhimu sana katika maisha yetu ya kazi. Upigaji picha ni zaidi ya kunasa picha tu; huchochea matarajio, kutambua mifumo, uvumilivu, na mtazamo wako. Watu tofauti wanaweza kupiga picha tukio moja lakini kwa namna tofauti za kipekee, jambo linaloonyesha umuhimu wa kuwa na mitazamo tofauti.

Faida za Kisayansi za Kujifunza: Kujifunza si jambo la kibinafsi tu lakini pia kuna faida za kisayansi. Mtazamo chanya huchochea kujifunza, huku homoni ya *dopamine* ikiendelea kusukuma shauku yetu ya kupata maarifa. Furaha ni jambo linalotangulia kabla ya mafanikio, na kuwa na hali ya furaha kwa sasa huzaa matokeo bora.

Kuzidisha Maarifa: Mtiririko wa maarifa hutegemea umakini na muda wako. Ili kupata faida kubwa kabisa zinazopatikana kutokana na kujifunza, ni muhimu kuwa na shauku. Maarifa katika suala A na suala B kwa pamoja ni zaidi ya maarifa ya suala A na suala B kwa watu wawili tofauti wasioshirikiana. Hili linaonyesha umuhimu wa kushirikiana na kushirikishana maarifa.

Kutafakari: Mabadiliko ya Mtazamo

Ulimwengu unabadilika, ni lazima tubadilishe namna tunavyofanya kazi, kuwasiliana, kujieleza, kushughulikia taarifa, na kuburudika. Tunapaswa kuhama kutoka katika kuwa na mtazamo wa kwamba ili kushinda upande mwingine ushindwe na kwenda kwenye mtazamo kwamba kuna vitu vya kutosha kwa ajili ya kila mtu. Maarifa hayana mipaka, na yanazidi kuongezeka yanapotolewa kwa wengine.

Mbinu hii ya kina ya kujifunza inahusisha ukuaji wa kibinafsi na wa kitaaluma, inakuza uwezo wa kubadilika na mazingira, ubunifu, na uelewa mkubwa wa ulimwengu. Kuelewa namna maarifa na hekima vinahusiana, itakuwezesha kupiga hatua kuelekea kwenye maisha bora hapo baadaye.

Kutafakari Binafsi: Moyo wa Kujifunza

Kama ilivyoainishwa katika mwongozo wangu wa kujifunzia, safari ya kujifunza inabeba vipengele vingi: nadharia (inayopatikana kupitia elimu na kusoma) pamoja na msukumo wa udadisi na shauku kutoka ndani ni vitu vinavyotuchochea kuchukua hatua (kujaribu, kutazama, na kusikiliza kwa makini). Hatimaye, tunatathmini na kutafakari, hivyo kudumisha mzunguko wa ukuaji unaoendelea Mchakato huu unaojirudia husababisha uboreshaji, mageuzi, na marekebisho ya nadharia zetu. Mwisho wa siku, tunakuwa wabobezi katika nadharia hizo na kuzijumuisha katika maisha yetu kwa ujumla.

Changamoto ya Kufanya Tafakari: Katika uzoefu wangu, sehemu ngumu zaidi ya safari hii ni uwezo wa kutafakari. Katika ulimwengu ambao mambo mengi yanayotokea pamoja na mitandao ya kijamii vinatuachia muda kidogo sana wa kujichunguza, na kutafakari. Kuwa na makini kwa muda mfupi pia huchochea tatizo hili, na matokeo yake, mara nyingi huwa tunawageukia watu wengine watutatulie matatizo yetu.

Umuhimu wa Kutafakari: Ni muhimu kutafakari katika mwongozo wetu wa kujifunza. Kama vile umakini ulivyo muhimu katika uongozi, kutafakari ni muhimu katika ukuaji wetu wa kibinafsi na kitaaluma. Ni daraja linalounganisha nadharia na hatua za kivitendo, linaturuhusu kuboresha uelewa na ujuzi wetu.

Zana ya PLUS-DELTA: Ili kuniwezesha kutafakari kimkakati na kutafakari mara kwa mara katika maisha yangu binafsi na ya kibiashara, huwa ninatumia zana ya PLUS-DELTA. Ni mbinu rahisi lakini ina ufanisi mkubwa sana ambayo inaweza kutumika na mtu binafsi au kutumika ndani ya shirika kwa tafakuri ya timu nzima. Ili kutumia zana hii, gawa ukurasa na mstari, kisha upe jina upande wa kushoto "PLUS" na upande wa kulia "DELTA." Katika upande wa PLUS, andika yale unayoridhika nayo, mambo ambayo umefanikiwa kuyafanya. Kwenye upande wa DELTA, andika yale ambayo hayakwenda kama yalivyopangwa, maeneo ambayo yanahitaji maboresho, na jinsi ya kuanzisha mabadiliko hayo.

Kutafakari Kulikoelekezwa: Zana ya PLUS-DELTA inafanya kazi kwa ubora zaidi pale inapoelekezwa katika mada au eneo maalumu kwa vipindi kadhaa vya kutafakari, badala ya kubadilisha mada kila wiki. Tenga saa chache za kutafakari bila kuingiliwa na ratiba nyingine katika ratiba yako. Kutafakari kuhusu vitu ulivyoweka katika PLUS-DELTA iliyopita kutakusaidia kutambua mifumo na kutathmini maeneo yanayohitaji umakini.

Matumizi yake Katika Vikao vya Menejimenti: Nilipendekeza zana hii kwenye vikao vyangu vya menejimenti ili kupima hisia za wafanyakazi katika timu yangu kuhusu mada kadhaa. Ni mchakato wa haraka, ambao unachukua dakika tano tu, na unahakikisha kuna maoni wazi, na ya siri kwa washiriki wote. Kwa kutekeleza mabadiliko yote yaliyopendekezwa kulingana na maoni haya, wafanyakazi hujihisi kusikika na wanakuwa na uhuru zaidi wa kutoa maoni ya kujenga.

Mtazamo wa Ndani-Kutoka Nje na Kutengeneza Mtandao: Tunapohama kutoka katika ulimwengu unaozingatia zaidi uzalishaji wa vitu kwenda katika jamii inayotumia maarifa zaidi kwa msaada wa akili bandia na roboti, ni muhimu kuendelea kujifunza kila wakati. Njia pekee ya kuendelea kuwa na umuhimu katika mazingira haya yanayobadilika ni kuchukua mtazamo wa kujifunza maisha yako yote. Alvin Toffler alitabiri kwamba wajinga wa karne ya 21 watakuwa wale ambao hawawezi kujifunza, kusahau waliyojifunza, na kisha kujifunza tena, na hili ni dhahiri sana hivi leo.

Changamoto ya Kukubali Mabadiliko: Bill Clinton, katika hotuba yake aliyoitoa wakati anaapishwa, aliuliza swali zito ambalo bado ni la msingi hata hivi leo: Je, tunaweza kufanya mabadiliko kuwa rafiki yetu badala ya adui yetu? Ni swali muhimu katika historia yote na linaendelea kuishi katika maisha yetu.

Kuondoka Kutoka Katika Hali ya Kuridhika: Marina Cuesta anatukumbusha kwamba, ili kupata kitu ambacho hatujawahi kuwa nacho, ni lazima tuwe tayari kuchukua hatua ambazo hatujawahi kuzichukua kabla. Katika safari hiyo, ni muhimu kupitia kipindi kigumu cha ukuaji kuliko kubaki pale pale ukiwa umeridhika. Tafakari maeneo katika maisha yako ambayo kazi au maisha yako yamekwama kusonga mbele kwa sababu ya kuridhika na uchanganue ni hatua gani ngumu zinahitajika kwa ajili ya ukuaji.

Timu Bora ya Kuanzisha Kampuni: Hekima ya Dave McClure inasisitiza umuhimu wa kuunda timu ya watu mbalimbali wakati wa kuanzisha kampuni, inayojumuisha watu wanaokwenda na wakati (hipsters), wadukuzi (hackers), na wapambanaji (hustlers). Kila mmoja kati ya hao anakuja na mtazamo wake binafsi: anayekwenda na wakati yeye anazingatia zaidi mwonekano, mdukuzi anazingatia zaidi utendaji kazi, na mpambanaji anazingatia zaidi utekelezaji. Mtazamo wa kuzindua kampuni kwa haraka na kisha kujifunza kutokana na mrejesho inaonyesha umuhimu wa kuwa mwepesi na kubadilika na mazingira.

Hatari ya Kupinga Mabadiliko: Katika historia, tunaona kwamba mabadiliko ndicho kitu pekee ambacho kimeendelea kutokea katika historia yote. Hata hivyo, upinzani kwa mabadiliko bado umeendelea kutokea katika jamii, mashirika, na kwa watu binafsi. Katika biashara, hali hii ya kupinga mabadiliko mara nyingi inasababisha hali isiyokuwa na faida wakati wa changamoto. Badala ya kumzingatia mteja na ubunifu, kinachofanyika ni kupunguza gharama na mbinu zingine zisizokuwa na ufanisi. Upinzani huu unaweza kuwa na madhara.

Kukubali Hali ya Kutokuwa na Uhakika: Njia bora zaidi ya kukabiliana na mabadiliko ni kutambua kwamba nyakati zote ni muda ambao hatuna uhakika na linalofuata. Kasi ya mabadiliko inaweza kuwa ni kubwa, lakini ni ukweli kwamba kesho bado haijulikani. Yanayotokea katika maisha si kama mambo ya rangi nyeupe na nyeusi tu; mara nyingi kuna mambo ambayo haiko wazi nani ni mwenye haki na nani ana makosa, na hali nyingi zinaweza kufanyika. Katika ulimwengu wetu wa VUCA - Volatile, Uncertain, Complex, Ambiguous (Mabadiliko ya ghafla, Kutokuwa na uhakika wa mambo, Ugumu, Utata), ni lazima tuelewe kwamba majibu si ya moja kwa moja siku zote, na mabadiliko yanachukua muda kutoa matokeo. Kuvumilia na kustahimili ni vitu muhimu kuwa navyo.

Haja ya Mabadiliko: Kusimama sehemu moja mara nyingi ni mwanzo wa kushuka. Kuna methali ya Kiholanzi inayosema "Hoogmoed komt voor de val" (majivuno huja kabla ya kuanguka) inatufundisha na kutukumbusha jambo hilo lililo wazi. Hivi sasa upo katika hatua muhimu sana ambapo ni lazima tukubali mabadiliko kwa pamoja na kuanzisha mazungumzo kuhusu mustakabali bora utakuwaje. Tukiwa na maono sawa, itasababisha kuwa na mabadiliko na maendeleo.

Kusimamia Mabadiliko Ukiwa na Akili Tulivu: Ili kufanya mabadiliko yasiwe ya kutisha sana, kuendelea kuwa na akili tulivu na iliyo makini ni muhimu. Unapofanya uamuzi, mara nyingi ni bora kufanya uamuzi na kisha kufanya marekebisho badala ya kukaa sehemu moja bila kufanya uamuzi. Kuwajibika kwa yale mambo unayoyaamini na kuchukua hatua kunakupa nguvu, kama inavyokuwa pale unapozingatia misingi muhimu ya maisha na kufanya kazi pamoja kuitekeleza.

Kukabiliana na Changamoto za Mabadiliko: Kuna mawazo ya aina mbili ya upendeleo yanayoleta changamoto wakati wa mabadiliko. Upendeleo unaotokana na kuwa na Uzoefu kwa sasa hauwezi kutumika tena kwani mambo yanabadilika kwa kasi. Upendeleo unaotokana na Kupatikana unaonyesha umuhimu wa kuangalia mipango kwa makini pale majibu yanapokuja kwa urahisi. Mawazo yote haya mawili yanahitaji kuangaliwa kwa makini wakati wa mchakato wa mabadiliko.

Nguvu ya Imani na Kudumu

Kuna namna changamoto na upinzani huwa vinachochea azimio la mtu. Unapokuwa uso kwa uso na wapinzani, kushikilia mambo unayoyaamini kwa uimara kunaweza kukusukuma mbele zaidi. Kuwa thabiti, wajibika kwa mawazo na matendo yako, na uzingatie safari yako badala ya kutazama unapokwenda pekee.

Kukubali Mabadiliko

Katika ulimwengu wenye mabadiliko kila mara, kukubali mabadiliko na kukuza mazingira ya kuaminiana, kuwa wabunifu, na kushirikiana ni njia ya kuwapeleka katika mustakabali mzuri. Kumbuka kwamba mabadiliko si adui; ni fursa ya kukuwezesha kukua, kuendelea, na kuweka athari ya kudumu.

Kueleweka: Nguvu ya Uwazi

Kurahisisha na Kupunguza Mambo: Katika ulimwengu wa mawasiliano, maneno ya George Bernard Shaw yanatukumbusha kwamba kufikiria kuwa tumewasilisha ujumbe wetu kwa ubora kunaweza kuwa ni makosa. Mawasiliano ya kweli yanahitaji uwazi na uelewa, na yanakuwa zaidi ya maneno tu.

Utaalamu wa Kurahisisha Mambo: "Hakuna cha kufanya, hakuna mahali pa kwenda." Maneno haya ya Mark Nepo yana maana kubwa sana. Kukubali hali ya sasa kunatupa nguvu ya kufanikisha chochote na kuchunguza kila hali inayowezekana. Yanatukumbusha tuishi kwa namna iliyo rahisi na tuwe makini, itatusaidia kuishi maisha vyema.

Hekima kutoka Kwa Watu Mashuhuri:

- Hekima ya Leonardo da Vinci isiyopitwa na wakati inatusisitiza kwamba kufanya mambo kwa namna iliyo rahisi ni kiini cha ustadi wa hali ya juu.
- Ushauri wa Albert Einstein unatusisitiza kufanya mambo kuwa rahisi kadri iwezekanavyo bila kuacha vitu vya msingi.
- E. F. Schumacher anaonyesha tofauti kati ya ugumu na ubunifu, anaonyesha ujasiri unaohitajika kurahisisha mambo.
- Charles Mingus anaonyesha ubunifu unaotumika katika kurahisisha mambo magumu.
- Joshua Reynolds anatupatia usawa uliopo kati ya mambo kidogo na mambo mengi yaliyozidi, akisisitiza umuhimu wa kurahisisha mambo.
- Colin Powell anawatambua viongozi mashuhuri kuwa ni watu wenye ujuzi mkubwa wa kurahisisha mambo na wanaotoa suluhisho ambalo kila mtu anaweza kulielewa.

Harakati Kufikia Uwazi: Francois Gauthier anasisitiza kwamba uwazi ni muhimu zaidi kuliko uhakika. Katika ulimwengu unaobadilika kila mara, uwazi unatuwezesha kukabiliana na mambo yasiyo na uhakika kwa ufanisi zaidi.

Kugeuka Kutoka kwenye Uhaba hadi kwenye Utele: Katika historia yote, binadamu amekuwa akibadilika kutoka katika ulimwengu wa kuwa na uhaba hadi ulimwengu wa kuwa na tele. Mageuzi ya viwanda yalisababisha ongezeko kubwa la bidhaa, hivyo kubadilisha mtazamo uliokuwapo kuhusu uhaba. Katika karne ya 21, tumeingia katika zama za uzoefu ambapo tunahangaika kuridhishwa na vitu ambavyo havishikiki na vyenye maana katika maisha yetu. Ajabu ni kwamba, kuwa na utele wa mambo tunayoweza kuchagua kunaweza kusababisha kuwa na wasiwasi, na kuweka chaguzi nyingi ambazo ni 'kelele zisizo na msingi.'

Tamaa dhidi ya Upendo: Kauli yenye uchokozi inasema kwamba tamaa inaweza kuwa na umuhimu zaidi katika uhusiano kuliko upendo. Upendo ni mahitaji la kibiolojia, wakati tamaa inasukumwa na motisha na ari. Dhana hii ni kweli hata katika umiliki wa mali, ambapo tamaa ya kumiliki mali mara nyingi inazidi kuridhika kunakotokana na umiliki.

Wazo la Kurahisisha Maisha na Kumiliki Vitu Vichache ili Kupunguza Uchafu Akilini na Kuongeza Uwazi: Kukusanya vitu vidogo na kuachilia visivyo vya lazima kunaweza kusababisha kuwa na maisha yenye mwelekeo na amani zaidi.

Upigaji Picha na Huruma: Upigaji picha unaelezwa kuwa ni zoezi la kurahisisha mazingira magumu kuwa hadithi fupi. Pia unatufundisha somo muhimu la kuwa na huruma. Kazi ya kuteka umakini wa watu kwenye picha zako inaonyesha namna unavyojali. Ili kuungana na hisia na simulizi za wengine, huruma ni muhimu.

Tofauti Huleta Uwazi: Tofauti huwa zinaleta uwazi. Unapoelewa kile ambacho hukitaki, unakuwa na uwezo wa kutambua yale unayoyataka kwa uwazi zaidi na kupata malengo na mwelekeo wa maisha yako.

Kujijali na Kuwa na Mawazo Chanya

Kujijali ni kuchagua kile unachokiweka mbele yako. Kujiwekea mambo hasi mara kwa mara kunaweza kukuongezea msongo wa mawazo na kudhoofisha kinga yako ya mwili. Kujitahidi kutafuta mambo chanya na watu wazuri karibu yako, hata wakati wa hali ngumu, ni kujijali kwa kiwango kikubwa.

Maneno na Kueleweka: Katika wakati wa shida, viongozi bora huwa wanatoa njia iliyo wazi ya kuifikia kesho. Kwa kupiga picha ya kuvutia na iliyo wazi ya lengo, viongozi wanafanikiwa kuchochea watu na kuungwa mkono. Hatua hii ya kueleweka ni chachu ya matendo na mazungumzo, ambayo ndiyo yanayosababisha kupatikana kwa maendeleo.

Changamoto za Dunia na Migawanyiko: Hata hivyo, dunia ya leo inakabiliana na upungufu wa viongozi bora ambao wanaweza kueleweka na kuhamasisha watu. Kukosekana kwa mijadala thabiti kuhusu masuala muhimu na changamoto za siasa za kimataifa na migawanyiko vinazidi kufanya mambo kuwa magumu zaidi.

Jukumu la Mfumo wa Ubuntu na Polda: Mfumo wa Ubuntu na Polda unaweza kutupa muundo wa kurahisisha na kuweka mambo katika uwazi kwenye ulimwengu wa biashara na mahali pengine. Kwa kusisitiza kuhusu uongozi wenye huruma, uwazi, na ubora, inaweza kuongoza mashirika na jamii kuelekea katika mabadiliko chanya. Katika dunia hii ngumu na inayobadilika. Mfumo wa Ubuntu na Polda umekuwa ni kama nuru ya kufanya mambo kwa urahisi na uwazi, na kuruhusu mabadiliko chanya kufanyika.

KUJENGA MTANDAO, UKUAJI BINAFSI, KUVUNJA TARATIBU

Kujenga Uhusiano: YPO na Kujenga Mtandao

Wazo la kujenga mtandao mara nyingi linaweza kuonekana kuwa gumu, lakini kufanikisha hii kwa urahisi inahitaji uhusiano mwingi tu. Uhusiano huu unaweza kuwa wa aina mbalimbali, kuanzia uhusiano wa watu katika maisha yako ya kila siku unaotokea bila kupangwa, kupitia shughuli za kufurahisha unazofanya unapokuwa huru, shuleni kwa watoto wako, au katika tukio, mpaka katika uhusiano wa watu uliyopangwa kama vile kufundishwa na kushauriwa. Katika uhusiano huu, ni muhimu sana kuwa msikilizaji makini, ukiangalia kupata mtazamo kutoka kwa watu wengine badala ya kutawala mazungumzo. Uliza maswali na uchukue kumbukumbu ya mambo yanayokushangaza wakati wa mazungumzo ili kutafakari na kujifunza.

Mtandao ambao umejithibitisha kuwa wa thamani sana kwangu ni Chama cha Marais Vijana (YPO), ni jumuiya ya kimataifa ya viongozi yenye wakurugenzi wakuu zaidi ya 29,000 kutoka katika nchi 130, wote wakiwa wanaunga mkono wazo la kwamba dunia inahitaji viongozi bora zaidi. Wanachama hawa wote wamefikia ahadi hii ya kuwa Wakurugenzi Wakuu kabla ya kufikisha umri wa miaka 45 kwa pamoja wanaongoza biashara na mashirika yanayochangia Dola za Kimarekani trilioni 9 katika mapato ya kila mwaka. Malengo ya YPO ni kukuza ukuaji na uboreshaji, wa viongozi na kwa watu binafsi, kupitia kujifunza kutoka kwa watu wa rika moja na kupitia uzoefu kutoka kwenye jumuiya ya kuaminika.

Utakapojiunga na YPO, mara nyingi utasikia kauli hii: "Kadiri unavyoweka, ndivyo utakavyotoa." Kanuni hii ni kweli kwa YPO na kwa maisha kwa jumla. Kama mtu ambaye anajaribu kupata mafanikio maishani, siku zote nimekuwa nikijitahidi kuongeza kasi ya kujifunza. Nilianzisha mwongozo binafsi wa kutumia kujifunza nilipokuwa na umri mdogo, nilitambua umuhimu wa kujifunza kutoka kwa wenzangu, na ndiyo sababu YPO ilinivutia sana. Baada ya kufanya kazi maisha yangu yote katika kampuni moja, nilitamani kupata mtazamo tofauti wa kibiashara. Ingawa kujifunza kwa kufanya ni muhimu, pia inachukua muda mwingi. Ili kuharakisha na kuongeza uwezo wako wa kujifunza, unatakiwa kushirikiana na kujifunza kutoka kwa wengine—kujifunza kwenye juhudi za nje.

Moja ya vitu muhimu katika YPO ni Jukwaa. Majukwaa yanakuwa na vikundi vidogo vidogo vya wanachama ambao wanakutana katika sehemu ya usiri, ya kuheshimiana, na yenye kuaminiana ili kujifunza kutoka kwa kila mmoja wetu na kubadilishana mawazo. YPO ilianzisha dhana ya Jukwaa hili na kuweka miongozo. Wanachama wanaweza kuchagua kushiriki katika sura, mtandao, au jukwaa la kikanda kulingana na vitu wanavyopendelea. Jukwaa hilo linakutana kila mwezi na linakuwa na tukio la kutoka kila mwaka. YPO pia hutoa Majukwaa kwa ajili ya wapenzi/wachumba na watoto vijana. Kwangu mimi, uzoefu wa kutumia Jukwaa hili umekuwa ni moja ya mambo ya kipekee niliyopata kutoka YPO.

Jukwaa hilo ni sawa na Bodi yako Binafsi ambapo unapata mtazamo tofauti ambao unaweza usiupate mahali pengine. Wanachama wote wa Jukwaa ni viongozi wa biashara ambao wote wako pamoja bila kuwa na maslahi yoyote yanayokinzana. Matokeo yake ni kwamba, wanachama wa Jukwaa wanakabiliana na changamoto zinazofanana na kushirikiana katika kujiendeleza binafsi na kikazi. Majukwaa yanafuata mpangilio wenye muundo, na wanachama wanaotarajiwa kujiunga wanapitia mafunzo kabla ya kujiunga. Usiri ni muhimu, na ni imani ambayo inadumu hata leo. Kwa uzoefu wangu, wanachama wote wa Jukwaa wanatumia vyema wakati wao wanapokuwa pamoja, kwa kuzingatia viwango vya juu vya Jukwaa.

Mbinu Yangu Binafsi ya Kujifunza—Uongozi katika Dunia Inayobadilika

Sehemu hii inaangazia kanuni za msingi za uongozi makini, ikisisitiza umuhimu wake unaodumu huku ukibadilika kulingana na mabadiliko katika mazingira ya biashara. Sehemu hii pia inaangazia jinsi viongozi wanavyoweza kuwa na fikra makini, na kufuata Mfumo wa Ubuntu na Polda ili kuboresha maadili, ujumuishaji, na ufanyaji wa uamuzi endelevu. Kwa kuunganisha maadili ya uongozi yanayodumu pamoja na mikakati inayoweza kubadilika kulingana na mazingira, tamko hili linaandaa uwanja kwa ajili ya enzi mpya ya uongozi makini wa biashara.

Katika ulimwengu huu wenye matatizo magumu badala ya matatizo ya kawaida tu, viongozi ni lazima wawe wabunifu. Wanahitaji kuthamini mitazamo tofauti, kuuliza maswali mazuri, na kuziweka changamoto kwa namna ambayo itachochea upatikanaji wa suluhisho la ubunifu. Wanapaswa kuungana na kujengeana uwezo wa kushirikiana ndani ya mashirika yao, kuhimiza ushiriki, na kuelewa kile kinachofanya shirika lao kuwa la kipekee. Uhai wa shirika unategemea uwezo wake wa kubadilika na mazingira na uwezo wa kuleta mabadiliko.

Nimekuwa na utaratibu wa kusoma vitabu kadha wa kadha, nimesoma mada tofauti katika lugha mbali mbali. Timu yangu mara nyingi huwa wanashangazwa na kasi yangu ya usomaji, lakini ukweli ni kwamba, huwa ninasoma kwa kasi ya kawaida. Kinachonitofautisha ni uthabiti wangu—huwa ninasoma kila siku kama utaratibu wangu wa kupumzika kabla sijalala. Cha kushangaza ni kwamba, kitabu kimoja ambacho nimeanza kukisoma mara tatu lakini bado sijafanikiwa kukikamilisha ni "speed reading (kusoma kwa kasi)," hii inaonyesha jinsi ninavyothamini na kufurahia kusoma.

Kila mtu ana kasi yake ya kujifunza na namna anavyojifunza. Nimewashirikisha mbinu yangu, lakini kujifunza si mwisho wa kila kitu; ni njia bora ya kuitumia kuuelewa ulimwengu, kuona yanayowezekana. Kwa pamoja na maisha yetu ya kila siku, kujifunza kunatuongezea hekima—uelewa na maarifa. Hekima inatufanya kuwa viongozi bora kazini na nyumbani, na kunufaisha si familia zetu tu bali pia mashirika yetu na jamii kwa jumla.

Nguvu ya Kujifunza kwa Kutumia Hisia Mbalimbali: Ni muhimu kuelewa jinsi tunavyohifahi taarifa. Kusoma huhifadhi 20%, kusikia huhifadhi 30%, kuona huhifadhi 40%, kuzungumza huhifadhi 50%, na kufanya huhifadhi 60%. Hata hivyo, kuchanganya hisia za kuona, kusikia na kuzungumza katika kujifunza kunaweza kuhifadhi 90% ya taarifa. Katika dunia hii. Viongozi wanatakiwa si kuhimiza kujifunza tu lakini pia wanatakiwa kusisitiza timu za wafanyakazi wao kukubali suala hilo kwa hiari, na kuwaonyesha faida yake kwao.

Kazi ya Hekima: Dunia yetu ina kiu ya hekima, hekima ambayo itatuongoza kushinda changamoto mbalimbali na kufanya uamuzi ambao utainua jamii, kurejesha mazingira yetu, na kutengeneza ajira. Katika Mfumo wa Ubuntu na Polda, kujifunza, kutumia tulichojifunza, na kujifunza kutoka kwa wengine ni msingi wake. Maisha yaliyo makini, yenye uzoefu mwingi, ama iwe ni kupitia malezi ya wazazi, kusafiri, au kujaribu, yanatufanya tuwe katika hali ya kujifunza kila wakati.

Mtazamo Sahihi: Kwa mazingira yanayobadilika mara kwa mara katika karne hii ya 21, ni muhimu kuwa na mtazamo sahihi. Mtazamo ndiyo unaokaribisha kujifunza, kusahau uliyojifunza, na kujifunza tena na kuchukulia hiyo kama haja muhimu, fursa ya kukua, na nafasi ya kutengeneza mustakabali mzuri zaidi.

Kuvunja Mazoea - Kubali Mabadiliko na Kubali Kuishi

David Bowie aliwahi kusema kwa hekima kwamba, "Kamwe usijaribu kuuridhisha umati wa watu... Siku zote kumbuka kwamba sababu iliyokufanya ukaanza kufanya kazi ni kwamba kulikuwa na kitu ndani yako ambacho ulihisi kuwa ungeweza kukishirikisha kwa watu. Binafsi nadhani ni hatari kwa msanii kujaribu kutimiza matarajio ambayo watu wengine wanayategemea—wanapofanya hivyo kawaida huwa wanatoa kazi mbaya zaidi."

Tunapoendelea kuishi maisha yetu, mara nyingi huwa tunatazama nyuma na kutambua athari kubwa zilizoletwa na nyakati ambazo zilionekana kuwa ndogo. Martin Lindstrom, ambaye ni rafiki yangu mpendwa, mwandishi maarufu, mtaalamu wa masoko, na mshindi aliyepata tuzo za jarida la *Times* kama moja kati ya watu 100 wenye Ushawishi zaidi, anaziita nyakati hizi kama "alama za mwili." Kwangu mimi, alama ya mwili kama hiyo ilikuwa ni makala niliyosoma kuhusu mazoea, na mwandishi ninayemheshimu sana, Renee Diekstra.

Tatizo la Ratiba za Mazoea: Makala ya Diekstra ilinifungua macho yangu kwamba, baada ya muda, ratiba, zinaweza kutufanya tusizingatie ulimwengu unaotuzunguka. Zinaongeza kasi ya maisha, na kutusukuma katika hali ambayo maisha yanajiendesha yenyewe. Ninatamani kuishi maisha kwa ukamilifu, kama vile kutumia kamera kwa namna ambayo si ya kiautomatiki, kuchagua mipangilio kwa umakini, kuzingatia kile kilicho mbele, na kuelekeza umakini wangu. Nilitaka kuwa na uwezo wa kubadilisha lenzi, kupiga picha pana au nyembamba, na kubadilisha mipangilio kulingana na mwanga unavyobadilika. Kwa kifupi, nilitaka kuishi maisha kwa ukamilifu.

Ufunguo wa Kuishi kwa Ufahamu Kamili: Kuvunja ratiba za mazoea ikawa ni dira yangu ya maisha. Filosofia hii ilinishawishi kuanza kazi kama mtaalamu anayehama, na sijawahi kujutia uamuzi huo. Nikiwa kama mtaalamu anayesafiri, familia yangu na mimi tulikuwa tukihama kila baada ya miaka 3-5 kutoka nchi moja hadi nyingine. Ingawa ni kweli kuhama ni mchakato unaosumbua, lakini uzoefu wangu wa kutembelea maeneo mbalimbali ya dunia ni wa kipekee. Nguvu inayoendesha maisha na falsafa yangu binafsi zimeunganishwa pamoja na wazo hili:

Fanya kuvunja mazoea kuwa tabia ili kuishi maisha kwa ukamilifu.

Kuvunja Mazoea Zaidi ya Safari: Nimegundua kwamba kuvunja mazoea si jambo la kufanyika kwa viwango vikubwa tu bali ni suala ambalo linaweza kutumika pia katika maeneo ya kila siku ya maisha. Mfano mzuri ni kupunguza uzito. Watoto wangu walitoa wasiwasi wao kuhusu afya yangu, jambo lililofanya nibadilishe mazoea yangu. Nilipunguza kilogramu 20 kwa kubadilisha ulaji wangu, kufuata ratiba yangu ya kulala, kunywa maji mengi, na kuanza kufanya mazoezi ya mwili. Hata hivyo, wakati mmoja, mwili wangu ulifikia usawa mzuri, na ilibidi nivunje ratiba yangu mpya ya ulaji ili kuendana na maendeleo hayo.

Yin na Yang ya Maisha: Dhana ya Yin na Yang ni maarufu huko Mashariki, na inadhihirisha uhalisia wa maisha—uzuri na ubaya, pande mbili za kila hadithi, na uhusiano wa kweli. Kukubaliana na kanuni hii kutakusaidia kuwa na utulivu na kupata muafaka wakati wa mizozo. Hii dhana inatumika kwenye mazoea pia; kuna mazoea mazuri na mabaya, na mabadiliko, bila kujali muktadha wake, yanahitaji juhudi.

Mfano wa Kila Siku: Hata yale mazoea ya kawaida kabisa, kama vile kunyoa kwa wanaume, yanaweza kuwa tabia. Jaribu kubadilisha ratiba yako utakaponyoa tena, utagundua jinsi unavyojihisi kuwa hali ni tofauti na hujisikii vizuri. Kubadilisha mazoea inatulazimisha kuishi katika wakati unaohusika, na kuweka umakini wetu katika kazi iliyo mbele.

Ukumbusho kutoka katika Kano Iliyovunjika: Haja ya kuvunja mazoea ilionekana zaidi nilipopata jeraha la kano kwenye kidole changu kidogo. Jeraha lilihitaji wiki sita mpaka nane za kutoshughulika ili kupona vyema. Ghafla, kila kazi iligeuka kuwa ngumu, hii ilionyesha ni kwa kiasi gani tunategemea mazoea yetu. Ilikuwa kama ukumbusho wa namna ilivyo vigumu kuvunja mifumo hiyo iliyozoeleka.

Nguvu ya Tabia za Makusudi: Si tabia zote ni zenye madhara. Jambo la muhimu ni kukuza tabia ambazo zinakusaidia kukua. Baadhi ya hizo, ninapendekeza kutunza tabia ya kuvunja mazoea pale maisha yako yanapogeuka na kuwa mazoea unayoyafanya kila siku kama ibada. Ni kitu cha kukukumbusha kukubali mabadiliko, kuwa macho, na kukubaliana na safari ya maisha inayobadilika kila wakati.

Kuhusu Usingizi

Kubali mabadiliko na Nguvu ya Usingizi wa Kutosha:

Hekima ya David Bowie: David Bowie alitufundisha somo muhimu kuhusu kupambana na adui wa kazi za ubunifu—kuridhika. Alipendekeza kutoka nje ya eneo lako la kuridhika, kuzama ndani kwenye maeneo ambayo yasiyojulikana, na kutanua mipaka. Ni pale unapokuwa kwenye maji sehemu ambayo miguu yako haiwezi kugusa chini ndipo unapokuwa tayari kufanya jambo la kipekee.

Jambo la Kipekee Kwangu: Usingizi ni kama nguvu yangu maalumu. Japokuwa huwa kunakuwa na tofauti katika kila sheria, lakini kwangu usingizi ni tofauti. Daima nimekuwa nikifuata ratiba yangu ya kulala. Kwa muda mrefu, niliona hili kama udhaifu, niliwaangalia kwa macho ya tamaa wale walioweza kukaa macho hadi usiku wa manane. Ifikapo saa 3 hadi saa 4 usiku, huwa najikuta nikihisi usingizi mzito na kisha kupitiwa na usingizi muda si mrefu. Hata hivyo, miaka ya hivi karibuni, nimegundua kwamba ratiba yangu hiyo ya kulala si udhaifu—ni nguvu yangu ya kipekee. Usingizi wa kutosha hunifanya niamke nikiwa nimepumzika vizuri, niwe na kiwango kikubwa cha umakini wakati wa vikao vingi vya siku, jambo muhimu kwa Mkurugenzi Mtendaji. Haja ya kuhudhuria na kuongoza mikutano inahitaji kiwango kikubwa cha umakini.

Umuhimu wa Usingizi kwa Afya: Rafiki yangu, Peter Noszek, aliyewahi kuwa mchezaji wa tenisi na mtu aliye na afya sana, alipata mshtuko wa moyo kabla hajafikisha umri wa miaka 50. Alisema sababu kuu ilikuwa ni ukosefu wa usingizi. Hali yake ilithibitisha imani yangu kuhusu kulinda usingizi wangu kama tabia yenye thamani.

Ratiba ya Asubuhi: Kuanza siku yako vyema ni muhimu. Ingawa kitabu cha "5am Club" kinazingatia zaidi muda mahsusi wa kuamka, somo kuu ni kuanzisha utaratibu wa asubuhi wenye afya. Kushiriki katika kutafakari na kufanya mazoezi mwanzoni mwa siku inakupa mwelekeo chanya. Inasaidia kuongeza hali ya furaha, kujenga hisia za mafanikio, na kuleta nguvu kwa siku yako ya kazi. Kama kiongozi, hisia zako huathiri wale walio karibu na wewe, hivyo kukuza utamaduni wa kuwa na mazinrira yenye athari chanya katika safari zetu.

Ratiba Yangu ya Asubuhi: Ratiba yangu binafsi ya asubuhi inahusisha mambo kadhaa muhimu. Punde baada ya kuamka, ninaandaa kinywaji cha protini kilichochanganywa na kahawa, ninameza kidonge cha vitamini B, na kisha ninaandaa mchanganyiko wa maji na elektroliti na madini, pamoja na limao ndani yake, kinywaji hiki nitakitumia wakati wa mazoezi. Kisha ninaelekea vyumba vya juu kuwaamsha watoto wangu, wakati mwingine ninawaandalia na kikombe cha chai. Kisha, ninaanza mazoezi yangu niliyozoea kuyafanya, iwe ni matembezi ya haraka haraka, mazoezi mepesi, au mazoezi kwenye baiskeli yangu ya ndani ya Kickr. Ninapokuwa niki-fanya mazoezi, huwa ninasikiliza muziki au podkasti ili kuingia katika mtiririko na kutafakari ajenda ya siku na matukio yajayo.

Kukamata Mawazo Muhimu: Wakati wa kufanya mazoezi yangu, huwa ninahakikisha ninaandika mawazo yangu makubwa yanayonipitia akilini. Kumbukumbu hizi nina-zoziandika zinakuwa ni msingi wa kuchunguza zaidi mawazo hayo baadaye. Utaratibu huu unaniwezesha kupitia upya tena shughuli fulani baada ya muda, jambo ambalo linanipunguzia msongo wa mawazo na kusaidia kuelewa. "Kulalia jambo," kama msemo huo unavyosemwa, ni muhimu sana. Njia hii hutumika pia hata katika kazi zangu, masomo, na katika mchakato wangu wa kujifunza. Ninapitia tena kumbukumbu nilizoandika mara kwa mara ili kuhakikisha ninaelewa vizuri suala hilo, huku nikipitia baada ya muda kadhaa. Ninapokaribia kufanya hotuba muhimu, uwasilishaji, au mtihani, huwa ninaandaa muhtasari mfupi wa binafsi na kushiriki kumbukumbu fupi na marafiki zangu, ambao mara nyingi huwa wanatoa mitazamo ya kipekee na tofauti katika masuala ambayo labda niliyaruka.

Kalamu na Karatasi: Hasa, ninapendelea kutumia kalamu na karatasi kwa ajili ya mchakato huu, ninapendelea hivyo badala ya kuchapa kwenye kompyuta, laptop, au simu. Njia hii inanisaidia kukumbuka na kuelewa zaidi.

Kuhusu Akili

Vipengele Mbalimbali vya Akili: Zaidi ya IQ: Kwenye jamii yetu, inashangaza jinsi tunavyozingatia kipengele kimoja tu cha akili, ambacho ni IQ. Hata hivyo, ninaamini kwa dhati kabisa kwamba vipaji na akili, ingawa ni muhimu, vinaweza kuwa vimepewa kipaumbele kupita kiasi. Badala yake, ninaamini katika nidhamu na bidii zisizo na kikomo kama funguo za kweli za mafanikio. Mfumo wetu wa elimu unasisitiza zaidi katika kukariri na IQ, lakini katika ulimwengu wa biashara na maisha, akili kwa jumla na ufahamu ni muhimu zaidi.

Kuzinduka Kwangu Mapema: Ninakumbuka wazi kabisa kusoma kitabu cha kipekee cha Emotional Intelligence kilichoandikwa na Daniel Goleman mnamo 1995, wakati wa mpito kutoka katika safari yangu ya kielimu kwenda katika ulimwengu wa kazi. Kitabu hiki kiliniguza kwa kiwango kikubwa. Nilijiuliza ni kwa nini mfumo wetu wa elimu haukujumuisha masuala ya kuwa na huruma katika mtaala wake. Huruma ni sifa muhimu kwa ushirikiano wowote kufanikiwa na kukamilisha. Jack Ma, kwa mfano, ana aina yake ya kupima akili za kihisia, ambayo anaiita "LQ" au "love quotient." Inasisitiza umuhimu wa si kujali kuhusu wateja wako tu lakini pia kuonyesha upendo na kujali timu yako. Upande huu wa pili mara nyingi huwa hauthaminiwi, japokuwa sote tunakubali kuwa watu waliohamasishwa hufanya kazi vizuri zaidi wanahisi kuwa wanathaminiwa na wanajaliwa.

Nguvu ya EQ na Vipengele Vyake Vidogo: Nilishangazwa pia na kitabu cha Shirzad Chamini "Positive Intelligence" (PQ), ambacho kinasisitiza umuhimu wa kutawala hisia zako binafsi. Kutambua hisia hasi na kuelekeza akili yako mbali na hizo katika hali ya utulivu, chanya, kwenye mambo yenye kujenga, na hali ya ubunifu, inayojulikana kama "Sage mode", ni jambo muhimu. LQ, PQ, na EQ zote zina uhusiano wa karibu, huku LQ na PQ vikiwa vipengele vidogo vya akili ya kihisia.

Kuibuka kwa BQ: Kipengele kingine cha kuvutia ni, "Body Quotient" au BQ, kinajipatia umaarufu sana. Kinaangazia jinsi miili yetu inavyopokea kila mara hisia mbalimbali ambazo zinapotafsiriwa, zinaathiri hisia zetu na hatimaye ufahamu wetu. Kusikiliza mwili wako, kutambua hisia za ndani yako, au kutambua miitikio ya mwili kwa hisia fulani kwa pamoja vina nafasi muhimu katika kutanua ufahamu wa hali inayotuzun-guka. Dhana ya "interoception" inasisitiza umuhimu wa kutumia hisia za ndani katika mchakato wako wa kuchukua hatua. Mbinu hii pana ya kutafsiri hali inaweza kuwa na thamani kubwa.

Kazi ya Ujuzi Laini: Katika ulimwengu wetu wa leo, huwa tunatilia mkazo zaidi katika ujuzi mgumu kuliko laini, na ninaamini kwamba hili ni tatizo kubwa katika jamii yetu. Kuzingatia sana ujuzi mgumu katika elimu, biashara, na jamii nzima kwa jumla, kwa mtazamo wangu, ni moja ya moja ya sababu kuu za matatizo tunayokabiliana nayo na mgogoro unaotarajiwa katika ubepari wa watumiaji. Mkazo huu ambao si sawa unatuweka katika njia ambayo itatukutanisha na ukweli.

Asili ya BQ kwenye Jiu Jitsu: Jiu jitsu, ni taaluma inayotegemea kutumia fizikia ya kuhifadhi nishati na kushinda katika mapambano, hutoa mfano ulio wazi wa kwa nini BQ inapaswa kuja kabla ya EQ na IQ. Watoto mara nyingi wanaelewa kanuni za msingi za Jiu Jitsu kwa sababu zinahusiana na uelewa wao wa kiasili wa ulimwengu na sheria zake. Hata hivyo, kama watu wazima, mara nyingi tunajifunza njia mojawapo ambayo inavunja mbinu fulani kuwa hatua zinazoweza kukumbukwa, ikisisitiza IQ na EQ kabla ya BQ. Tukifanya mazoezi, tunaweza kupiga hatua hadi katika hali ambapo tunaweza kuzingatia ishara za mwili wa mpinzani na kujibu bila kufikiria, kama kuwa katika mtiririko wa BQ, EQ, na IQ.

Kusikiliza Asili ya Hisia Zetu: Wanadamu kiasili ni viumbe wa kuishi katika jamii na wenye hisia. Kipengele hiki kinaonyeshwa vyema katika filamu kama vile *Avatar.* Inapaswa kuwa dhahiri kwetu kuwa tunapaswa kutumia asili yetu ya ndani na kutoepuka kile ambacho miili yetu inatuambia kuhusu sisi. Kitabu kinachozungumzia hisia za ndani kama "ubongo wa pili" kinatoa maarifa zaidi kuhusu uhusiano huu.

Nguvu ya Imani na Hadithi: Unapokabiliana na changamoto, kila kiongozi anapaswa kuchuja ukweli na kuchagua data muhimu zaidi ili kuzitengenezea hadithi itakayomsaidia kufanya uamuzi wake na vitendo. Kwa hiyo, kuchagua data sahihi ni muhimu ili kuwa na mtazamo sahihi wa uhalisia, jambo litakalopelekea kufikiria na kuchukua suluhisho sahihi. Ni muhimu kuelewa kwamba hadithi tunazojisimulia sisi wenyewe zinaathiri imani zetu, ambazo zinasababisha kuathiri matendo yetu. Mara nyingi tunachukulia kwamba imani yetu ya kina kabisa kama ni kweli, na kuchukua hatua kulingana na imani hizo bila kuchunguza uhalali wake mara kwa mara.

Kosoa Dhana na Vunja Mazoea: Swali muhimu sana tunalopaswa kulijibu ni hili, "Ni nini nisichokijua ambacho kinaweza kuwa kinaathiri tabia yangu?" Hili kimsingi, linahusu kukosoa kila mara dhana zetu na kufanya tabia yetu kutambua na kuvunja mazoea yetu.

Furaha

Kila asubuhi, huwa najikuta ninaamka nikisitasita kati ya kutaka kuokoa dunia na kutaka kuifurahia. Hili hufanya iwe vigumu kupanga siku. Lakini kama tukisahau kuifurahia dunia hii, basi tuna sababu gani nyingine ya kutaka kuikoa? Kwa namna fulani, kuifurahia ni lazima itangulie.—E.B. White

Muda ni kama mto unaonibeba, lakini mimi ndiye mto; Ni chui ambaye ananirarua, lakini mimi ndiye chui; Ni moto ambao unaniteketeza, lakini mimi ndiye moto. — *Jorge Luis Borges*

Tunahitaji kujifunza namna ya kutaka yale tuliyonayo, si kuwa na yale tunayotaka, ili tufanikiwe kuwa na furaha thabiti na endelevu. — *Tenzin Gyatso*

Katika barua ya dhati kwa mwanangu Louis, sehemu hii inaangazia uhusiano kati ya uongozi makini na furaha. Inasisitiza kuhusu umuhimu wa kukuza utamaduni wa kazini ambao unaweka ustawi wa watu mbele. Kwa kutumia uzoefu wangu binafsi na tafakuri yangu, barua hiyo ilikuwa na kiini cha jinsi uongozi imara kama ulivyoonyeshwa katika Mfumo wa Ubuntu na Polda, unavyoweza kuchangia katika furaha ya timu na wadau kwa pamoja. Inakuwa ni ukumbusho kwamba uongozi wenye maadili unaenda sambamba na kutengeneza mazingira ambayo furaha na kuridhika ndani kunastawi.

Kwa pamoja, sehemu hizi zinaelezea manifesto yenye nguvu ya uongozi makini ndani ya Mfumo wa Ubuntu na Polda. Zinatoa maarifa yanayoweza kuchukuliwa hatua za kivitendo, hadithi za kibinafsi, na maono kwa viongozi si kuongoza katika mazingira magumu ya biashara zenye mabadiliko tu, bali pia kuongoza kwa madhumuni maalumu, maadili, na dhamira ya dhati kwa ustawi wa wote wanaohusika.

Furaha inaweza kukua na ni muhimu katika kudumisha mabadiliko ya maana. Mtaalamu wa takwimu, Hans Rosling, katika hotuba yake maarufu ya TED Talk, alionyesha namna maendeleo ya dunia yalivyo ya ajabu. Tumepiga hatua kubwa katika kuinua watu kutoka kwenye umasikini, lakini bado watu wengi duniani hawana furaha. Licha ya kuishi maisha mazuri kuliko yale ya wafalme wa siku za nyuma, wanahisi kwamba wanazidiwa na hawawezi kumudu hata mahitaji yao. Jamii yetu imetufundisha kutaka vitu zaidi, kuwa tajiri zaidi, kununua zaidi, na kuwa na vitu zaidi. Dunia inahitaji kuelimishwa upya. Nimejaribu kuwapa watoto wangu mtazamo ulio na usawa zaidi kuhusu dunia hii, na nilipomwandikia mwanangu mkubwa Louis, wanasayansi wamechunguza furaha ni nini na kutengeneza kanuni yake.

Furaha ya kudumu: vinasaba (44-50%) + hali yako & bahati (25%) + mkusanyiko wa tabia zako (25%)

Ni kweli kwamba sehemu kubwa hupewa kwetu; hatuchagui vinasaba vyetu na hali zetu & bahati tunapoanza maisha yetu. Kwa hiyo, tunatakiwa kuzingatia zaid yale tunayoweza kuyadhibiti—tabia zetu: imani na falsafa ya maisha + familia + jamii & marafiki + kazi yenye maana (mafanikio yaliyopatikana na kuhudumia wengine). Maendeleo ya dunia ambayo Hans anayazungumzia yameboresha maisha ya watu wengi na kuwezesha vinasaba vya binadamu kuwa bora zaidi. Lakini kila mtu binafsi anahitaji kushughulikia tabia zake.

Arthur Brooks, katika kitabu chake cha "Meaning and Happiness in Our New World (Maana na Furaha katika Dunia Yetu Mpya)," anazungumzia kuhusu kuepuka tamaa zisizokuwa za afya. Pesa, umaarufu, hadhi, nguvu vyote si vizuri kwa afya kwa sababu kamwe huwezi kutosheka navyo. Suluhisho lipo katika kanuni S=Kuwa Nacho/Kutaka, unapaswa kuhakikisha kuwa unaweka usawa katika Kuwa Nacho na Kutaka. Njia bora ya kufanya hivyo ni kwa kudhibiti yale unayoyataka.

Unaweza kuwa na furaha na huzuni kwa wakati mmoja. Watu wengi wanashikilia mambo na hawana furaha ya kweli kwa sababu wanaogopa kukatishwa tamaa. Lakini, haidhuru ugumu uliopo mbele yako, kamwe usiahirishe kufanya kile kilicho kwenye ndoto zako sababu ya woga; zingatia uoga huo. Tazama UOGA kama Ushahidi wa Uongo Unaoonekana kuwa Halisi. Hivyo kila unapoweza, panga upya na tafuta ushahidi mpya kisha songa mbele. Kama kitu kisipofanya kazi kilivyotegemewa, tambua hali hiyo, "Nimesikitishwa," lakini si kwa majuto. Tambua hali hiyo na ujivunie kwamba hukufanya makosa yoyote. Ulijaribu, na kama huwezi kubadilisha matokeo, amua, 'Ninachagua kukubali hali ya sasa na kusonga mbele.'

Viungo vingine muhimu katika kukuza furaha ni pamoja na kupumzika vya kutosha na kufanya utoaji wa shukrani kuwa mazoea yako. Kwa hiyo, jilazimishe kuweka muda wa kutosha wa kupumzika ili uwe na utendaji bora, kama vile wanariadha wanavyokuwa na muda wa kupumzika. Shughuli zangu za kunipumzisha ni pamoja na kucheza gofu, kufanya upigaji picha, na kupanga safari ndogondogo.

Kwa upande wa shukrani, fahamu kwamba "kwa nini" yako ya kuwa na shukrani. Kisha irudie kila siku na uifanye kuwa mazoea yako. Katika maisha yangu ya kazi, nimejikumbusha kwamba ninashukuru sana kwa ajili ya afya yangu, familia yangu, ninachokifanya, na jukumu nililopewa la kuwatunza wafanyakazi wangu na biashara hii.

Niruhusu kushiriki na wewe jinsi nilivyoishi mambo hayo. Katika barua iliyopo hapo chini, ambayo niliituma kwa mwanangu miaka michache iliyopita, nilimpatia hekima fulani ya maisha alipokuwa akianza maisha ya uanafunzi nje ya nchi. Lakini kwa upande wako, ninataka kwenda mbali zaidi na kukupa dondoo za kutumia katika biashara. Ninahisi haja ya kuanzisha mazungumzo na kizazi kinachofuata cha viongozi wa dunia, kwani dunia ya leo inaonekana kupoteza mwelekeo wake na ni kana kwamba haina kiongozi. Ni lazima tuwe na mjadala kuhusu jinsi ya kusonga mbele na kurejesha umakini huo.

Mwanangu Mpendwa Louis,

Siku hizi tumezidiwa na arafa nyingi zinazotufikia kutoka kila upande na wakati mwingine ni muhimu kupunguza kasi na kujitenga na kelele ambazo hazinyamazi.

Kwa hiyo, ninakutumia mawazo yangu kuhusu maisha kwa njia ya zamani, njia ya barua iliyoandikwa kwa mkono.

Ninataka kuanza na jambo la muhimu zaidi; Kama Baba yako, ninaku-penda na nitakuwa hapa kwa ajili yako daima!

Huenda usihisi kusikilizwa kila wakati au kueleweka na mimi na ninaomba radhi kwa hilo. Ninajitahidi kwa namna yangu mwenyewe kukuongoza na kukuandaa kwa maisha kwa kukushirikisha mambo niliyojifunza kutokana na uzoefu wangu, kuanzia jinsi nilivyokabiliana na changamoto za maisha, ili kukusaidia wewe kuepuka makosa yangu na kuwa na maisha yenye furaha na mafanikio zaidi!

Niliwahi kuwa kijana mdogo pia kipindi fulani na pia nilipitia maswali magumu kama; maisha yana maana gani? Mimi ni nani? Je, mimi ni mzuri vya kutosha? Kusudi langu katika dunia hii ni nini?

Japokuwa najaribu kukushirikisha hadithi zangu na maadili niliyonayo kwako, wewe pia kama mimi, utafanya makosa. Kwa sababu kufanya makosa ni asili ya mwanadamu. Utakapofanya makosa: simama, tafakari juu yake, jifunze, na songa mbele, na utakuwa na hekima zaidi.

Katika barua hii ninataka tena kukushirikisha baadhi ya mambo ninay-oyaamini. Ili uweze kufanikiwa katika maisha, unapaswa kudumisha uhusiano mzuri na wengine, kwa msingi wa uaminifu. Kwa hiyo, kuwa mnyenyekevu, usiogope kuomba msamaha, na uwe mkarimu.

Maisha yana namna ya kutupa changamoto nyingi, nimejifunza umuhimu wa kusimamia viwango vya kuridhika katika maisha yako na kuwa na amani kwamba kila kitu hutokea kwa sababu. Hatupaswi kusubiri fursa za dhahabu zitokee, badala yake tutafute dhahabu katika fursa mbalimbali, hasa kwa kujifunza kutokana na makosa yetu.

Wanasayansi wengi wameichunguza furaha kwa miaka mingi, na wamegundua kanuni yake: 50% vinasaba (ambavyo huwezi kuchagua) + 25% hali yako & bahati (unaweza kuchagua kwa kaisi fulani) + 25% tabia (unachagua kabisa) = Furaha. Na katika tabia, mgawanyiko wake ni kama huu: Imani + Familia + Marafiki + Kazi yenye maana. Kazi yenye maana inaleta furaha kupitia mafanikio unayoyapata kutokana na juhudi zako, lakini pia huduma na kuwasaidia wengine.

Sasa, habari njema ni kwamba si lazima uwe kama Baba au Mama, unatakiwa tu kuwa wewe kama ulivyo.

Lakini kama nilivyosema, Baba na Mama siku zote tutakuwa hapa kama ukihitaji msaada na kukusaidia kuelewa vizuri unachokabiliana nacho.

Niruhusu kumaliza kwa kunukuu kutoka kwenye kitabu cha Dr. Seuss ambacho nilikuwa nikikusomea wewe, Celina na Raphael mlipokuwa wadogo:

Leo wewe ni WEWE,

Hiyo ni ukweli zaidi ya kweli,

Hakuna mtu mwingine aliye hai,

Aliye kama Wewe zaidi kuliko WEWE!

Ninakupenda,

Baba Bruno

Mfumo wangu wa Ubuntu na Polda: Safari Inayozidi Mipaka ya Biashara

Uamuzi wa kuhama kutoka kwenye kazi yangu ya kwenye mashirika iliyokuwa yenye mfanikio na kuanzisha kampuni yangu ya kutoa ushauri, Ubuntu, katika nchi inayovutia ya UAE ilikuwa ni hatua muhimu sana katika safari yangu ya Ubuntu na Polda. Baada ya miaka 27 ya kuishi katika maisha ya ajira kwenye mashirika, niligundua kwamba sasa wakati umefika wa kuelekeza shauku yangu ya kutaka kubadilisha biashara kwa jumla na kuigeuza kuwa biashara ambayo inaendana na maono yangu ya kuleta mabadiliko chanya.

Ubuntu, iliyoko katikati ya Mashariki ya Kati, ipo eneo la kimkakati linaloniwezesha kufikia Asia, Afrika, na Ulaya. Dhamira iko wazi kabisa: kushirikiana na kampuni zinazotaka kuleta athari za kweli kwa kuunganisha teknolojia za dijitali, matumizi endelevu, ya mzunguko, na kanuni za ESG katika misingi ya mfumo wa biashara. Mabadiliko haya kutoka kuwa na matarajio tu na kuingia katika uhalisia yanahitaji zaidi ya mradi wa kawaida tu; yanahitaji mtazamo wa kina, ulioratibiwa ambao utaweza kutafsiriwa na kuwa thamani ya kifedha.

Chachu ya Mabadiliko: Ni wazi kwamba mara nyingi kampuni huanza safari ya mabadiliko ya kina, lakini zinakumbana na changamoto katika utekelezaji, hali inayosababisha juhudi zao kushindikana au kugawanyika katika vipande vipande. Uamuzi wangu wa kuanzisha Ubuntu ulisukumwa na shauku yangu ya kuziba pengo hili, kubadilisha matarajio kuwa matokeo dhahiri ya kuonekana, yenye manufaa kwa pande zote. Kupitia Ubuntu, ninashirikiana kwa karibu na Wakurugenzi Wakuu, na timu za uongozi ili kuhakikisha kwamba kuna mazingira ambayo KILA UPANDE UNANUFAIKA, ambapo mikakati inayoongozwa na athari zake si kwamba inaletea kampuni faida tu bali pia inazi-faidisha jamii na mazingira yake.

Kuwekeza kwa Wataalamu na Mitandao: Kwa kutumia uzoefu wangu mpana katika kampuni na sekta mbalimbali, ninaleta utajiri wa maarifa katika kusukuma mabadiliko kwenye mnyororo mzima wa thamani. Ubuntu si kampuni ya kushauri tu, ni mfumo mzima wa ikolojia, unaotumia mtandao mkubwa wa wataalamu kuleta mtazamo wa kina unaoendana na kanuni zilizobainishwa katika kitabu hiki.

Mtazamo wa Jumla Ulioratibiwa: Mfumo wa Ubuntu na Polda si dhana ya kinadharia tu; ni falsafa inayoongoza kila mradi. Ninafanya kazi pamoja na timu za uongozi, ili kuhakikisha kunakuwa na mtazamo ulioratibiwa ambao unaongeza athari chanya katika kila upande. Kuanzia ujumuishaji wa teknolojia za dijitali mpaka mazoea ambayo ni endelevu, matumizi ya mzunguko na kufuata ESG, safari inakuwa imepangwa kimkakati, ikisisitiza uhusiano wa mambo na kutengeneza thamani katika kila hatua.

Uamuzi wa Familia, Safari Yenye Thamani: Kuhama na familia yangu na kuanza safari hii ya ujasiriamali ilikuwa ni hatua kubwa, iliyojaa msisimko na changamoto kadha wa kadha. Kuanza upya katika mazingira mapya si jambo rahisi, lakini maono niliyokuwa nayo ya kuchangia katika uendelevu, na kuleta athari katika ulimwengu wa biashara vilinipa nguvu ya kuendelea kusonga mbele katika safari hii.

Ubuntu inapozidi kuimarika nchini UAE, safari inazidi kujidhi-hirisha kama ushahidi wa imani kwamba biashara inaweza kuwa nguvu ya kuleta mema. Mfumo wa Ubuntu na Polda si mfumo wa kawaida tu; ni njia ya maisha, na kupitia Ubuntu, nimejitolea kuunda mustakabali ambapo kampuni zinastawi kwa kuongeza thamani yenyewe, kwa jamii zao, na kwa mazingira yao.

Kukuza Uongozi Unaojitambua: Kuongoza Wimbi Linalokuja la Athari Chanya

Kiini cha Mfumo wa Ubuntu na Polda ni imani thabiti katika uongozi unaojitambua—mtindo wa uongozi unaopiga hatua moja ziada kuliko pale wanapoishia wengine na kujaribu kuleta athari chanya kwa ulimwengu. Katika mazingira ya kibiashara katika dunia ya leo yanayobadilika muda wote, uongozi makini unaojitambua si jambo la hiari tu; ni haja ya lazima. Ninapoanza safari hii ya mabadiliko na Ubuntu, dhamira yangu ya kukuza uongozi makini unaojitambua haijatetereka, kwani nimetambua nafasi yake katika kuunda ulimwengu mpya wa kufanyia biashara.

Kuhitjika kwa Uongozi Makini Unaojitambua katika ulimwengu uliojaa changamoto ngumu, kuanzia changamoto za uendelevu wa mazingira, hadi kutokuwa na usawa wa kijamii, uongozi makini unaojitambua ni kama taa ya matumaini. Ni viongozi ambao hawazingatii tu kuongeza faida bali pia wanaelewa kwa undani uhusiano kati ya biashara na jamii. Mfumo wa Ubuntu na Polda ndani yake unajumuisha kanuni za uongozi huu makini na unaojitambua, na unasisitiza ushirikiano, huduma, na mtazamo wa jumla wa mabadiliko katika biashara.

Kufundisha Kizazi Kijacho ni zaidi ya nafasi yangu ya mshauri, ninaongozwa na shauku kubwa ya kulea viongozi wa kesho. Kwa kutambua kwamba mustakabali wa baadaye upo mikononi mwa wajasiriamali na viongozi wachanga, hivyo nimejitolea kuwafundisha katika safari yao ya kuleta athari chanya katika jamii. Kupitia mafunzo, nimekusudia kuingiza maadili ya uongozi makini unaojitambua ndani yao, nikiwaongoza kukabiliana na changamoto za mazingira ya kisasa ya biashara kwa mtazamo wenye malengo na uwajibikaji.

Mradi wa Ujasiriamali wenye Malengo: Mafunzo ni zaidi ya kutoa maarifa tu; yanahusisha pia kuwasaidia wajasiriamali katika miradi yao. Iwe wanazindua biashara zao mpya au wanaongoza miradi mikubwa, nimejidhatiti kuhakikisha kwamba juhudi zao zinaendana na kanuni za Mfumo wa Ubuntu na Polda. Lengo ni kukuza mtazamo ambao unatazama mafanikio si kwamba tu ni kitu kinachopimwa na faida ya kifedha pekee bali pia kwa mchango chanya uliotolewa kwenye jamii na mazingira.

Mtazamo wa Ujumla: Uongozi makini unaojitambua si nadharia inayojitegemea; umeunganishwa pamoja ndani ya Mfumo wa Ubuntu na Polda. Kupitia Ubuntu, ninajumuisha kanuni za uongozi makini unaojitambua katika kila mradi ninaohusika kutoa ushauri juu yake, hivyo kutengeneza mawimbi kama kwenye maji matulivu ambayo yanakwenda na kuonekana mbali katika ulimwengu. Lengo si kuhamasisha viongozi ambao watasababisha mashirika yao kufikia katika mafanikio tu lakini pia lengo ni kuchangia katika ustawi bora wa jamii na kuhifadhi sayari yetu.

Dhamira ya Kuweka Athari Chanya: Kadiri kampuni ya Ubuntu inavyozidi kujikita zaidi katika tasnia hii ya kutoa ushauri wa biashara, dhamira ya uongozi makini wenye kujitambua na utoaji wa mafunzo inabaki kuwa thabiti. Haizungumzii tu kubadilisha biashara; inahusu kulea kizazi cha viongozi ambao wanatambua nguvu wanayoitumia kwa namna inayowajibika kwa ajili ya manufaa ya wote. Mfumo wa Ubuntu na Polda, pamoja na uongozi makini unaojitambua, vimekuwa ni chachu ya mabadiliko chanya, na kupata mustakabali ambao biashara zinastawi kwa kuongeza thamani kwa jamii na kwa mazingira.

Kuishi Kwa Ukamilifu: Ushauri wa Kutafakari

Katika safari yetu kuelekea katika mabadiliko ya jumla na katika Mfumo wa Ubuntu na Polda, ni muhimu si kuzingatia mageuzi katika biashara tu lakini pia katika ukuaji wa kibinafsi na utimilifu wa mtu binafsi. Hekima ya washairi maarufu mara nyingi huchukua kiini cha ukweli wa maisha na kuiwasilisha. Hebu tutafakari shairi la Pablo Neruda, mshairi wa Chile ambaye

169

maneno yake yanaendana na hisia za kukubali mabadiliko na kuishi maisha yenye ukamilifu na malengo.

Unapoanza kufa polepole;

ikiwa husafiri,

ikiwa husomi,

ikiwa husikilizi sauti za maisha,

Ikiwa hujithamini.

Unaanza kufa polepole:

Unapoua heshima yako mwenyewe,

Unapokataa msaada kutoka kwa wengine.

Unaanza kufa polepole;

Ikiwa utakuwa mtumwa wa mazoea yako,

Ukitembea kila siku kwenye njia zilezile …

Ikiwa hutabadilisha mazoea yako,

Ikiwa hautavaa rangi tofauti

Au huzungumzi na watu usiowajua.

Unaanza kufa polepole:

Ikiwa unaepuka kuhisi upendo

Na hisia zake za fujo.

Zile zinazofanya macho yako kung'aa

Na moyo wako kudunda kwa kasi.

Unaanza kufa polepole:

Ikiwa usipoweka kilicho salama hatarini kwa ajili ya kisichojulikana

Ikiwa hutafuata ndoto

Ikiwa hautajiruhusu

Angalau mara moja katika maisha yako

Kukimbia mbali na ushauri wa busara

Usikubali kufa polepole

Usisahau kuwa na furaha!

SURA YA 6: HITIMISHO: KUPOKEA MFUMO WA UBUNTU NA POLDA KWA ATHARI ZA JUMLA

RAMANI YA MAFANIKIO ENDELEVU KATIKA ENZI ZA DIJITALI

Ninapenda kutoa shukrani zangu za dhati kwa kuungana nami katika safari hii ya kuelimisha kupitia Mfumo wa Ubuntu na Polda, mtazamo ambao unatafsiri upya madhumuni ya biashara na kutuchochea kufuata njia makini zinazojitambua, zenye maadili, na endelevu za uongozi na katika maisha. Tunapohitimisha mjadala huu, hebu tutafakari kanuni za msingi, haja ya mabadiliko ya haraka, na masomo muhimu kutoka katika njia hii mpya ya kufanya biashara, yote yakitegemea faida zinazopatikana kutokana na uongozi makini wenye kujitambua, kutumia teknolojia za dijitali, na umuhimu wa kuelewa wadau wote wa biashara.

Kukubali Yasiyojulikana na Mabadiliko

Katika dunia hii yenye mambo mengi yasiyojulikana na mabadiliko yanayotokea kwa kasi, kwanza ni lazima tutambue kwamba kukubali hali ya kutofahamu mambo yajayo ni muhimu kwa mafanikio. Mabadiliko hayapaswi kuogopwa; yanatakiwa kupokewa kama safari ya kusisimua iliyojaa uwezekano wa kila namna. Katika mazingira haya yanayobadilika kwa kasi, si lazima kufahamu majibu yote; badala yake, ni muhimu kuuliza maswali sahihi na kutazama mazingira na maisha ya walaji wetu.

Nguvu ya Uongozi Makini Unaojitambua

Uongozi makini unaojitambua unasimama kama msingi wa Mfumo wa Ubuntu na Polda. Viongozi katika zama hizi mpya wanatambulika kwa kuwa na imani, huruma, kusikiliza kwa makini, na dhamira kubwa katika ustawi wa timu zao. Imani ambayo imejengwa katika uadilifu, na ni nguzo ya aina hii ya uongozi, ikihamasisha uzalishaji, ushirikishwaji, na umoja. Uongozi si suala la kutawala bali ni suala la kujali, kutambua vipaji vya watu binafsi, na kukuza hali ya kusaidiana na kushirikiana ndani ya timu.

Mfumo wa Polda kwa Biashara

Mfumo wa Ubuntu na Polda unavuka mipaka ya mifumo ya uendeshaji wa biashara tu, ambayo kwa muda mrefu imeweka faida juu ya kila kitu kingine. Mfumo huu unahimiza athari za jumla, ambapo "jinsi" ni muhimu zaidi kuliko "nini," na mafanikio yanapimwa si kwa faida ya kifedha tu lakini pia kwa kwa namna maadili na kanuni za uendelevu zilivyohusishwa katika mfumo wa biashara. Unatafsiri upya biashara kuwa ni nguvu inayoweza kufanya mazuri, kwa kuongeza nafasi za kazi, kurejesha mazingira, na kuleta thamani na malengo kwenye jamii.

Kukubali Teknolojia za Dijitali na AI

Katika zama hizi za dijitali, ni lazima biashara zitumie nguvu ya teknolojia ikiwa ni pamoja na akili bandia (AI). Zana hizi zinatoa fursa za kipekee za uvumbuzi, fursa za kuongeza ufanisi, na kuelewa. AI inaweza kuzisaidia biashara kuchambua data nyingi sana, kutabiri mienendo, na kufanya uamuzi yanay-ochochewa na data ambayo si yataongeza faida na kunufaisha kampuni tu lakini pia yatanufaisha jamii kwa jumla. Ni muhimu kutumia teknolojia hizi kwa manufaa ya wengi, kutatua mata-tizo magumu, na kufanya biashara ziwe endelevu zaidi na zikitekeleza mahitaji ya wadau wote.

Kuelewa Wadau Wote wa Biashara na Kuunda Mfumo wa Ushirikiano

Ili kubadilisha biashara kwa ukamilifu, ni muhimu kuelewa na kushirikisha wadau wote. Biashara hazisimami zenyewe pekeyake; ni sehemu ya mfumo mkubwa ambao unahusisha wateja, wafanyakazi, wasambazaji, jamii, na mazingira. Kwa kuelewa kwa kina wadau hawa, biashara inaweza kutengeneza mifumo yake ya ushirikiano na uvumbuzi ili kutatua chang-amoto za kijamii.Mifumo hii inapaswa kujengwa juu ya misingi ya imani, uwazi, na maadili ya pamoja. Kwa kufanya kazi pamoja, biashara zinaweza kuwa na athari kubwa zaidi na za kudumu, kutatua matatizo na kuvuka mipaka ya mashirika yao binafsi.

Kuimarisha Jukwaa Moja na Hadithi ya Pamoja

Kama vile kingo za nchini Uholanzi zinavyohitaji kufanyiwa matengenezo mara kwa mara kuzuia maji, mifumo na imani za zamani duniani na taasisi zake zinakabiliwa na shinikizo kubwa, ukosefu wa matengenezo umesababisha kuwa na kiasi kikubwa cha msongo wa mawazo na wasiwasi duniani kote. Jukwaa moja na hadithi ya pamoja ni muhimu ili kuanzisha mabadiliko katika imani hizi za zamani na kutatua changamoto zinazokuja kuikabili dunia.

Mabadiliko ya Taratibu na Athari za Jumla

Si lazima mabadiliko yaje kwa haraka, yanaweza kuwa ya taratibu, maadamu tu kama yataelekezwa katika njia sahihi na kufanyika kwa uthabiti. Hatupaswi kungoja suluhisho la kimiujiza kutoka kwa vyanzo vya nje lakini tunapaswa kuchukua hatua ndani ya eneo letu la ushawishi ili kuleta mabadiliko chanya. Ushirikiano ndani ya mifumo ya watu na mashirika yenye nia moja ni muhimu. Kuwa na motisha ya ndani na dhamira ya kufanya mema huleta furaha binafsi na kwa wote.

Kiini cha Ubuntu – "Mimi nipo, kwa sababu sisi tupo"

Dhana ya Kiafrika ya Ubuntu inasisitiza mshikamano wetu na wazo kuu likiwa "Mimi nipo, kwa sababu sisi tupo." Kanuni hii inasisitiza umuhimu wa umoja na ushirikiano. Ni lazima tukumbuke kwamba kiini cha biashara zote ni kuwa nguvu ya mema, kutengeneza ajira na kuchangia katika urejeshaji wa mazingira, na kufanikisha athari kwa jumla na kuunganisha maadili na uendelevu katika mfumo wa biashara.

Umuhimu wa Kujifunza na Kukuza Kujitambua

Kujifunza ni safari isiyokuwa na mwisho, ni mchanganyiko wa shauku na ari ambayo inatufanya tujaribu na kukua. Utafutaji huu wa maarifa kupitia elimu rasmi, kusoma, kusikiliza kwa makini, kupata ujuzi mpya, na kujitafakari ni muhimu. Kanuni hizi za kujifunza kwa njia za vitendo huchochea uongozi ambao hauongozwi tu na kutaka kupata faida zaidi bali pia unaon-gozwa na matamanio ya kuboresha jamii.

Kuhama kutoka Kuzingatia Faida za Muda Mfupi hadi Utatuzi wa Matatizo

Msisitizo unaowekwa sasa kwenye matokeo ya robo mwaka na matokeo ya muda mfupi, unaosukumwa na masoko ya hisa, ni mtazamo ambao kimsingi si endelevu. Tunahitaji kuhamisha mtazamo kutoka katika kuzingatia maono finyu ya kutafuta mafanikio ya kifedha na kuwa na mtazamo mpana wa kuzingatia zaidi utatuaji wa matatizo. Mfumo wa Ubuntu na Polda unatoa changamoto kwa shule za biashara kuwawekea wana-funzi uwezo wa kufikiria kwa kina na kuchangia katika jamii, na kuhamisha mtazamo kutoka katika mtazamo wa kutafuta utajiri na kuwa na ule wa kuboresha jamii.

E Tatu za Kazi Nzuri –Ubora, Ushirikishwaji, Maadili

Kizazi kipya cha viongozi wanatakiwa kutembea na hizi E tatu za Kazi Nzuri: Ubora katika fani zao walizochagua, Ushirikishwaji wa dhati katika kazi zao, na hisia thabiti za Maadili katika matendo yao, ambayo wanashirikisha kwa familia na marafiki.

Kujenga Uaminifu na Kukuza Ustahimilivu

Uaminifu ni kipengele cha uongozi kinachoweza kupimika, kinachojumuisha kuaminika, kutegemewa, na huruma, kisha kugawanya na maslahi binafsi. Viongozi wanapaswa kutoa zana na msaada wa kujiboresha kwa wafanyakazi katika timu zao na kuhimiza mawasiliano ya wazi na ya kweli ili kukuza ustahimi-livu, hasa katika nyakati ambazo hazieleweki.

Nguvu ya Udadisi na Shauku

Udadisi unasaidia kuona uzuri na maajabu ya ulimwengu, wakati shauku inatusukuma kuendelea kutafuta kwa upendo.

Udadisi na shauku kwa kawaida husababisha kufanya majaribio, ambayo yanapofanyika yanaleta maarifa, na kukuza uongozi ambao unahamasisha wengine kuleta mafanikio makubwa.

Kwa kuhitimisha, Mfumo wa Ubuntu na Polda, katika enzi hizi za dijitali na kwa kuelewa kwa kina wadau na mfumo wa ujenzi, kuakisi ramani ya mabadiliko kwa biashara mbalimbali. Mfumo huu unatafsiri upya malengo ya biashara, ukisisitiza kuwa na mazoea yenye maadili na yaliyo endelevu, hivyo kukuza viongozi ambao ni makini na wanaojitambua walio tayari kuchukua jukumu la kuleta athari chanya kwenye jamii. Tunapoendelea kuishi katika ulimwengu huu unaobadilika kila mara, Mfumo wa Ubuntu na Polda na uongozi makini unaojitambua ni kama mwanga unaoongoza njia, ukimulika njia ya kuelekea katika mustakabali bora. Biashara zinatumika kufanya mamabo mema, kupata fedha na kurudisha katika jamii, na hivyo kuacha alama isiyofutika ulimwenguni. Mustakabali wetu upo mikononi mwetu, na ni wajibu wetu sote kuutengeneza uwe bora zaidi.

Kama viongozi wa biashara, tupo njia pana ya fursa na uwajibikaji. Mfumo wa Ubuntu na Polda unatushawishi kutafsiri upya maana ya mafanikio, si jambo la kufanya kwa, bali kama safari ya kushirikiana kufikia ustawi kwa wote. Hebu tutoe mtazamo wetu kutoka kwenye mtazamo wa kupata faida zenye ukomo na tuuelekeze katika kuacha athari ambazo zitadumu milele. Kubali Uongozi Makini Unaojitambua, sherehekea muungano wa biashara, na anza safari ya Ubuntu na Polda. Ni wito wa kufanya mabadiliko, si mabadiliko kwenye kampuni zetu tu bali pia katika nyanja zote za namna tunavyo-ofanya biashara. Je, uko tayari kuweka alama ambayo itadumu kwa vizazi na vizazi? Muda wa kuchukua hatua makini ni sasa. Hebu Ubuntu ituongoze uamuzi wetu, ikuze athari zetu, na kwa pamoja, tujenge mustakabali wetu ambapo biashara zinafanya mambo mazuri na makuu. Asante, na hebu tuanze safari hii ya mabadiliko pamoja na kuleta Athari kwa Jumla.

KUHUSU MWANDISHI

Akiwa na uzoefu wa zaidi ya miaka thelathini ya kufanya kazi za kimataifa, Bruno alizidi kukuza utaalamu wake kwa viwango vikubwa katika mabadiliko ya biashara kwa jumla. Alizaliwa na kukulia nchini Uholanzi. Bruno alianza safari yake ya masomo nchini Ufaransa, ambako alisoma biashara kabla ya kuingia katika ulimwengu wa ajira huko Asia Kusini-Mashariki, Asia Kusini, Afrika, na Uswisi. Baada ya kuwa kwenye taaluma yenye mafanikio kwa miaka-27 katika nyadhifa mbalimbali za uongozi wa juu, Bruno alianzisha Ubuntu, kampuni ya kutoa ushauri wa kibiashara yenye makao yake Dubai, UAE, inayolenga kuongoza kampuni zingine katika mabadiliko ya biashara kwa jumla. Ubuntu inasisitiza kutumia teknolojia za dijitali, kuwa na matumizi endelevu, matumizi ya mzunguko, na ESG kama misingi ya mfumo wa biashara, ikionyesha imani ya Bruno katika nguvu ya biashara kutumika kufanya mema.

Pamoja na kuongoza Ubuntu, Bruno ni mzungumzaji wa hadhara na mtetezi wa kwanza wa Mfumo wa Ubuntu na Polda, ambao ni wa kipekee unaosisitiza umuhimu wa ushirikiano katika ulimwengu ili kuongeza thamani iliyo endelevu. Kuhama kwa Bruno kutoka katika nafasi ya uongozi wa shirika na kwenda kujihusisha na ujasiriamali na kutoa ushauri wa kibiashara inaonyesha kujitoa kwake katika kukabiliana na mabadiliko na kuyaongoza kwa manufaa makubwa ya jamii.

Tangu Januari 2024, Bruno pia ameshikilia nafasi ya Makamu wa Rais wa Ufukwe (Seaboard) huko Afrika ya Kati, akizidi kuimarisha uzoefu wake wa kimataifa na kuendelea na kuleta athari duniani katika shughuli za biashara za kimataifa.

Safari ya Bruno ni kama taa ya kuongoza viongozi wa sasa na wanaotarajiwa kuingia katika uongozi, ikionyesha kwamba ukiwa na nia, ustahimilivu, na mawazo ya kutazama mbele, inawezekana kujibadilisha huku ukitoa mchango chanya kwenye jamii na mazingira yako.

www.ingramcontent.com/pod-product-compliance
Lightning Source LLC
Chambersburg PA
CBHW030514210326
41597CB00013B/903